Learn the Nationa

(Gu

LEA
GUJARATI
IN 30 DAYS
THROUGH
ENGLISH

Krishna Gopal Vikal
Sangeeta Shukla

ડાયમંડ બુક્સ

www.diamondbook.in

© Publisher

Publisher : **Diamond Pocket Books (P) Ltd.**
           X-30, Okhla Industrdal Area, Phase-II,
           New Delhi-110020
Phone   : 011-40712100
E-Mail   : sales@dpb.com
Website   : www.diamondbook.in
Edition   : 20 20
Printer   : Young Art Press, Delhi-110092

LEARN GUJRATI IN 30 DAYS THROUGH ENGLISH
by-*Krishna Gopal Vikal, Sangeeta Shukla*
by : કૃષ્ણ ગોપાલ વિકલ, સંગીતા શુક્લા

A Word from the Publishers

We are glad to announce that with a view to strengthening the unity of our country, we shall be publishing the book-series **"LEARN THE NATIONAL LANGUAGES"** to enable people of this country to learn any Indian language other than his mother tongue, through the medium of English.

Each book of the series will be divided in five parts. The first two parts will cover the basic knowledge about the language concerned and the rest will be devoted to conversational aspects and practical application of the language.

The books will be prepared under the able guidance of the well-known author and editor of several books. Format and scheme of all books will be the same as that of this book and each book will be prepared in close consultation with the topmost linguists of the language concerned.

We hope, this series will bring together the people of various parts of our country promoting mutual understanding in fostering national unity. We hereby present the book **'Diamond Gujarati Learning And Speaking Course.'**

– Diamond Pocket Books

Dedicated to

DR. ASHOK RAMCHANDRA KELKAR
Renowned philologist of India
whose advice was the source of inspiration

Foreword

THE greatest sensation of life is to learn a language. One has to closely watch a child going through this experience, to be convinced of this. Every time he learn a new word or construction from mother, father or other relatives, his heart is filled with wonder, excitement, thrill and creative urge and he toys with its various forms and tones bringing into play all the creative forces within him.

To learn a new language is to re-enter this wonderful experience of life, opening infinite opportunilities for creative action. Beside, in a fast expanding world transcending all barriers of colour, caste, religion and language, a new language is an essential tool of life.

The book primarily attempts to introduce those whose mother tongue is not Gujarati, to learning of Gujarati by the most natural and the simplest method. It adopts the scientific approach, introducing alphabet, words sentences in that order and application of these in the most common situations of daily life. Situational sentences and conversational sentences selected for the book, reflect the maximum possible commonness of Indian languages and Indian culture. The purpose is that the learner during the process of learning should be sufficiently equipped to converse and transact with a very vast section of Gujarati speaking peoplethroughout India and abroad.

Since Gujarati is the principal link language of the greatest democracy of the world, acquaintance with this not only enables one to establish a direct communication with millions of people, thereby promoting his career prospects and business interests, but also gives him the spiritual satisfaction of belonging to a vast family.

The book can also be helpful to foreigners who are on visit to India as tourists, scholars, diplomats and businessmen as it would enable them to move about in different parts of the country transcending the language barriers.

We hope the book will serve the purpose. It will be popular among the youngsters as well as serious language learner. We are greateful to **Sh. Narendra Kumar, Director of Diamond Pocket Books,** who has wisely taken special initiative to bring out this very useful series. We also express our gratitude to the persons concerned with proof-reading, printing and production of the book.

- Krishna Gopal Vikal

- Sangeeta Shukla

CONTENTS

Foreword

PART 1 - ALPHABET

1. Welcome You all 09
2. Alphabet/વર્ણમાળા 11
3. Consonants/વ્યંજન 13
4. How to Write Alphabet 16
5. Vowels & Their Abbreviated Forms/સ્વર અને એમની માત્રાઓ 18
6. Conjuncts/સંયુક્ત વર્ણ.. 23
7. The Parts of Speech/શબ્દના ભેદ 26
8. Gender/લિંગ 30
9. Number/વચન 34
10. Case & Decletio of Nouns/કારક અને સંજ્ઞા-શબ્દોના રૂપ 37

PART 2 - WORD

11. Pronoun/સર્વનામ 41
12. Adjective/વિશેષણ 43
13. verb/ક્રિયા 46
14. Tense (1)/કાળ (૧) 49
15. Tense (2)/કાળ (૨) 53
16. Voice/વાચ્ય 57
17. The Kinds of Secondary Varbs/યૌગિક ક્રિયા 59
18. Indeclinab/e/અવ્યય અથવા અવિકારી 66
19. Cardinal Numerals/ગણતરી/Ganatari.............................. 66
20. Errors in Spellings/શબ્દોની જોડણીની ભૂલો 68

PART 3 - CLASSIFIED SENTENCES

21. Useful Expressions/ઉપયોગી લઘુ વાક્ય 71
22. Imperative Sentences/વિધ્યર્થક વાક્ય 73
23. Present Tense/વર્તમાન કાળ.................................... 76
24. Future Tense/ભવિષ્ય કાળ 79
25. Past Tense (1)/ભૂતકાળ (૧) 81

26. Past Tense (2)/ભૂતકાળ (૨) 85
27. Interrogative Sentences (1)/પ્રશ્નસૂચક વાક્ય (૧) 89
28. Interrogative Sentences (2)/પ્રશ્નસૂચક વાક્ય (૨) 93
29. Interrogative Sentences (3)/પ્રશ્નસૂચક વાક્ય (૩) 97
30. Negative Sentences/નિષેધસૂચક (નકારાત્મક) વાક્ય 99

PART 4 - SITUATIONAL SENTENCES

31. At Home/ઘરમાં 102
32. Shopping/ખરીદવું 104
33. Craftsmen/કારીગરો 106
34. Foods & Drinks/આહાર અને પીણાં 109
35. Hotel & Restaurant/હોટલ અને રેસ્ટોરાં 112
36. Post Office/Telephone/Bank/ડાકઘર/ટેલીફોન/બેંક 115
37. While Travelling/યાત્રા કરતા સમયે 118
38. Health & Hygiene/સ્વાસ્થ્ય અને સ્વાસ્થ્ય રક્ષા 121
39. Weather/મોસમ 124
40. Time/સમય 126

PART 5 - CONVERSATION

41. Let Us Talk/ચાલો, વાતચીત કરીએ 129
42. Between Two Friends/બે મિત્રોની વચમાં 134
43. About Money/પૈસા વિશે 138
44. On the Bus/બસમાં 141
45. Asking the Way/રસ્તો બતાવતી વખતે 144
46. Making A trunk Call/ટ્રંક કોલ કરતા સમયે 147
47. About A Trip/પર્યટન વિશે 151
48. The Villager & The Urban/ગ્રામીણ અને શહેરી 155
49. The Doctor & The Patient/ડૉક્ટર અને રોગી 158
50. Self-Introduction/આત્મપરિચય 161

APPENDIX

Idioms & Proverbs/કહેવતો અને લોકોક્તિ 167

[PART 1–STEPS 1 to 10]

1ST STEP
પહેલી સીડી

WELCOME YOU ALL
તમારા બધાનું સ્વાગત છે

This book is in your hands.

It shows that you intend to learn Gujarati. It is a matter of pleasure to us. It is a language which has vast and rich literature.

We welcome you all for your praiseworthy enthusiasm and fully assure you for the success. You will move on continually-step by step until you reach your destination. Let us Start our journey.

Sentences of Greetings in Conversation

In Gujarati, there are no separate clause for timely salutations as in English, e.g. 'Good morning', 'Good evening', 'Good night', etc. We say every time we meet નમસ્તે (Namaste), etc. The people of different religions and faiths alternatively use their own wordings also, e.g. જય રામજી કી! સત્ શ્રી અકાલ! સલામ આલેકુમ etc.

While meeting *મળતા સમયે*

Good morning, Sir!	નમસ્તે, મહોદય!	Namaste, Mahoday!
Good morning,	નમસ્તે, મહોદયા!	Namaste, Mahodaya!
Good afternoon, my friend!	નમસ્તે મિત્ર કે નમસ્તે દોસ્ત!	Namaste, mitra!
Good afternoon, my brother!	નમસ્તે, ભાઈ!	Namaste, bhai!
Good evening, boss!	નમસ્તે, મહોદય!	Namaste, mahoday!
Good evening, my comrade!	નમસ્તે સાથીદાર!	Namaste, Sathidar!

Good nighy, my sister!	શુભરાત્રિ, બહેન!	Suhubh ratri, bahen!

While departing વિદાય લેતા સમયે

Good bye, my child!	વિદાય, મારા બેટા!	Viday, Mara Beta!
Bye bye!	સારું વિદાય !	Saru Viday!
Ta-ta!	સારુ વિદાય!	Viday!
Good bye!	વિદાય! આવજો!	Viday! Aavjo!

Good wishes શુભકામનાઓ

Happy Diwali!	શુભ દિપાવલી!	Subh Dipawali!
Happy Id!	ઈદ મુબારક!	Id mubarak!
Happy; Guru parval	શુભ ગુરુ પર્વ	Subh Guru Parva
Happy X-max!	ક્રિસમસની વધાઈ!	Krismas ni Vadhai!

REMARKABLE ઉલ્લેખનીય

In Gujarati, all Indians can say નમસ્તે (namaste) in-salutations. To show his absolute faith in his religion and creed etc. a Muslim will say સલામ આલેકુમ (salam alekum), a Sikh સત્ શ્રી અકાલ (Sat shree akal), a Nationalist જય હિન્દ (Jay Hind) & a Humanist જય જગત્ (Jai Jagat).

10

2ND STEP
બીજી સીડી

ALPHABET
વર્ણમાલા

Gujarati alphabet consists of vowels and consonants which are 11 and 35 respectively.

Here we are going to deal with vovels.

VOWELS - સ્વર

અ	આ	ઇ	ઈ	ઉ	ઊ	ઋ
a	a	i	i	u	u	r
એ	ઐ	ઓ	ઔ	અં	અઃ	
e	ai	o	au	an	ah	

Recognise and pronounce - ઓળખ અને ઉચ્ચાર

ઉ ઊ અ આ

ઓ ઔ અં અઃ

ઇ ઈ ઋ

એ ઐ

1. In Gujarati, there are two classes of vowels:
   (i) Short (hfasva હ્રસ્વ) and (ii) long (Sandhi સંધિ vowel)
   (i) Short vowel **હ્રસ્વ સ્વર**

અ	ઇ	ઉ	ઋ
a	i	u	ri

   (ii) Long vowels **સંધિ સ્વર - દીર્ઘ**

આ	ઈ	ઊ	એ	ઐ	ઓ	ઔ
ai	i	u	e	ai	o	au

2. Short vowels are to be pronounced short, and long vowels, long.

Letter	*Pronunciation*	***Remarks***
અ	(short) a	sounds like short 'a' as in sub.
આ	(long) a	sounds like short 'a' as in far.
ઇ	(short) i	sounds like short 'i' as in is.

ઈ	(long) i	sounds like short 'i' as in meet.
ઉ	(short) u	sounds like short 'u' as in put.
ઊ	(long) u	sounds like short 'u' as in wool.
ઋ	(short) ri	sounds like short 'ri' as in rib.
એ	(long) e	sounds like short 'e' as in say.
ઐ	(dipthong) ai	sounds like short 'ai' as in ass.
ઓ	(long) o	sounds like short 'o' as in role.
ઔ	(long) au	sounds like short 'au' as in shout.
અં	(long) an	sounds like short 'un' as in hunger.
અઃ	(long) ah	sounds like short 'h' as in ah.

REMARKABLE ઉલ્લેખનીય

* ઋ is different from રિ in pronunciation. Atually ઋ is used in writing only તત્સમ or સંસ્કૃત words. It is not accepted as a vowel within the Gujarati phonetic ste-up.

* અ, (અં), અઃ are not vowels, but semi-consonants (અયોગવાહ). For the sake of convenience, these are put among vowels.

12

3RD STEP
ત્રીજી સીડી

ALPHABET
વ્યંજન

As we know, there are 35 consonants in Gujarati. Some are peculiar to Gujarạti, and they have no equivalent in English.

The consonants are reproduced below in the matter in which they are generally found in Gujarati books.

ક	ખ	ગ	ઘ	ઙ	ચ	છ	જ	ઝ	ઞ
ka	kha	g	gha	na	cha	chha	ja	jha	na
ટ	ઠ	ડ	ઢ	ણ	ત	થ	દ	ધ	ન
ta	th	da	dha	na	ta	tha	da	dha	na
પ	ફ	બ	ભ	મ		ય	ર	લ	વ
pa	pha	ba	bha	ma		ya	ra	la	va
શ	ષ	સ	હ					ડ	ઢ
sha	sha	sa	ha					ra	rha

1. અ (a) is incorporated in every consonant sound, but while pronouncing words this final vowel sound is often dropped. As - બચત (Bachata) is pronounced like 'બચત્' (Bachat).

2. If any consonant is to be written where the vowel અ is not blended wih it, a sign હલ (્) is used. As પશ્ચાત્ (Pashchat).

3. The consonants without અ or any other vowel can be written as are shown below -

ક્ + અ = ક   ચ્ + આ = ચા   ત્ + અ = ત   પ્ + આ = પા

Identify and Pronounce –

ગ	મ	ભ	ર	સ	ખ	શ	વ	બ	ક
ઘ	ધ	ડ	ડ	ઙ	ઢ	ઢ	ટ	ણ	ઠ
ત	ન	ય	થ	ચ	જ	છ	દ	ફ	પ
લ	ષ	સ	શ	હ					

Kinds of Consonants

4. Basically the consonants are of three kinds - (i) સ્પર્શ (ii)

(ii) અંતસ્થ and (iii) ઊષ્મ.

From ક to મ the first 25 consonants are known as સ્પર્શ વ્યંજન. Among the remaining eight consonants, the first four, i.e., ય, ર, લ, વ are અંતસ્થ વ્યંજન, and the letter four શ, ષ, સ, હ are ઊષ્મ વ્યંજન.

Pronunciation of consonants.

Letter	*Pronunciation*	*Remarks*
ક	ka	k, as in king.
ખ	kha	ck-h, as in black-hole (but as a single sound).
ગ	ga	g, as in gate.
ઘ	gha	gh, as in ghost.
ઙ	na	ng, as a long.
ચ	cha	ch, as a such.
છ	chha	ch-h, as in church-hile (as a single sound).
જ	ja	j, as in jug.
ઝ	jha	ge-h, as in large-hill (as a single sound).
ઞ	na	nya, as in lanyard (as a single sound).
ટ	ta	t, as in tank.
ઠ	tha	t-h, as in short-hand (as a single sound).
ડ	da	d, as in day.
ઢ	dha	d-h, as in sand-hill (as a single sound).
ણ	na	n, as a band.
ત	ta	t (softer than English t: similar to Italian pronunciation) as Gujarati તટ (tat)
થ	tha	th, as in thumb.
દ	da	d, as in thus.

ધ	dha	aspirate not found in English. As in Gujarati word dharma.
ન	na	n, as in not.
પ	pa	p, as in pot.
ફ	pha	ph, as in loop hole (as a single sound).
બ	ba	b, as in bat.
ભ	bha	bh, as in sub-house (as a single sound).
મ	ma	m, as in man.
ય	ya	y, as in young.
ર	ra	r, nearly as in rate.
લ	la	l, as in land.
વ	va	v or w, as in vote or wine.
શ	sha	sh, as in shut.
ષ	sa	not found in English. Actually in Gujarati ષ differs. little from શ. As in Gujarati word ધનુષ.
સ	sa	s, as in some.
હ	ha	h, as in has.
ડ	ra	r, as in Gujarati word જડ઼ As Ameri can pronounce r in very.
ઢ	rha	as in Gujarati word ગઢ઼ & લઢ઼ It is not found in English language.

Some important points to be remembered

1. ઙ., ઞ, ણ, ડ or ઢ never come in the beginning of a world.
2. The use of ઙ & ઞ has almost disappeared from modern Gujarati.
3. ખ, ઘ, છ ઝ, ઠ, ઢ, ણ, ધ, ફ, ભ and ષ are the consonants, which are preculiar to Gujarati, and in fact, they have no equivalent

4TH STEP
ચોથી સીડી

HOW TO WRITE ALPHABET

1. Gujarati is written from left to right as the Roman script.
2. How to begin writing is clearly indicated by numbers 1, 2, 3, 4, 5. Start writing from No. 1, 2, 3 and so on. You will find, you are on the right path.

Let us begin to write vowels and consonants respectively.

VOWELS સ્વર

અ	આ	ઇ
ઈ	ઉ	ઊ
ઋ	એ	ઐ
ઓ	ઔ	અં
	અઃ	

16

Consonants - વ્યંજન

ક	ખ	ગ	ઘ
ઙ	ચ	છ	જ
ઝ	ઞ	ટ	ઠ
ડ	ઢ	ણ	ત
થ	દ	ધ	ન
પ	ફ	બ	ભ
મ	ય	ર	લ
વ	શ	ષ	સ
હ	ક્ષ	ત્ર	જ્ઞ
	ડ઼	ઢ઼	

REMARKABLE ઉલ્લેખનીય

1. In this chapter, these are all stadardized letters. These must be learnt.
2. Gujarati script in written from left to right.
3. ક્ષ, ત્ર, જ્ઞ are not consonants; these are Conjuncts.
4. The strokes for every letter are marked. Try to write accordingly.

5TH STEP
પાંચમી સીડી

VOWELS & THEIR ABBREVIATED FORMS
સ્વર અને એમની માત્રાઓ

In Gujarati script, there are two forms of vowels - (i) Syllabic forms, and (ii) Abbreviated forms. Hence ae syllabic forms and abbreviated forms of Gujarati vowels -

Syllabic Forms : અ આ ઇ ઈ ઉ ઊ ઋ એ ઐ ઓ ઔ અં અ:
Abbreviated Forms : ા િ ી ુ ૂ ૃ ે ૈ ો ૌ

1. (i) Syllabic forms of vowels are used sepaately. As -
આવ come આવો (avo) come આવો (avo) Please come

(ii) Abbreviated forms of vowels are used combined with preceding consonants characters as follow

(a) ા ી ો ૌ follow the consonant.
(b) િ precedes it.
(c) ુ ૂ ૃ are subscripts.
(d) ે ૈ are subscripts.

There are abbreviated forms of vowels, called matras ..

Combination of Abbreviated Forms of Vowels (Matras) with Consonants

2. Let us combine the intra-syllabic forms of all vowels (માત્રાઓ) with consonants ક્ (k). They are called બારાખડી (barakhari)

ક	કા	કિ	કી	કુ	કૂ	કૃ	કે	કૈ	કો	કૌ	કં	કઃ
ka	ka	ki	ki	ku	ku	ki	ke	kai	ko	kau	kam	kah

Thus the Matras can be combined with all preceding consonants. Now we elaborate this combination.

ખ	ખા	ખિ	ખી	ખુ	ખૂ	ખૃ	ખે	ખૈ	ખો	ખૌ	ખં	ખઃ
kha	kha	khi	khi	khu	khu	khr	khe	khai	kho	khau	kam	khah
ગ	ગા	ગિ	ગી	ગુ	ગૂ	ગૃ	ગે	ગૈ	ગો	ગૌ	ગં	ગઃ
ga	ga	gi	gi	gu	gu	gr	ge	gai	go	gau	gam	gah
ઘ	ઘા	ઘિ	ઘી	ઘુ	ઘૂ	ઘૃ	ઘે	ઘૈ	ઘો	ઘૌ	ઘં	ઘઃ
gha	gha	ghi	ghi	ghu	ghu	ghr	ghe	ghai	gho	ghau	gam	ghah
ચ	ચા	ચિ	ચી	ચુ	ચૂ	ચૃ	ચે	ચૈ	ચો	ચૌ	ચં	ચઃ
cha	cha	chi	chi	chu	chu	chr	che	chai	cho	chau	cam	chah
ટ	ટા	ટિ	ટી	ટુ	ટૂ	ટૃ	ટે	ટૈ	ટો	ટૌ	ટં	ટઃ
ta	ta	ti	ti	tu	tu	tr	te	tai	to	tau	tam	tah
ત	તા	તિ	તી	તુ	તૂ	તૃ	તે	તૈ	તો	તૌ	તં	તઃ
ta	ta	ti	ti	tu	tu	tr	te	tai	to	tau	tam	tah
પ	પા	પિ	પી	પુ	પૂ	પૃ	પે	પૈ	પો	પૌ	પં	પઃ
pa	pa	pi	pi	pu	pu	pr	pe	pai	po	pau	pam	pah
ય	યા	યિ	યી	યુ	યૂ	યૃ	યે	યૈ	યો	યૌ	યં	યઃ
ya	ya	yi	yi	yu	yu	yr	ye	yai	yo	yau	yam	yah
ર	રા	રિ	રી	રુ	રૂ	-	રે	રૈ	રો	રૌ	રં	રઃ
ra	ra	ri	ri	ru	ru	rr	re	rai	ro	rau	ram	rah
લ	લા	લિ	લી	લુ	લૂ	લૃ	લે	લૈ	લો	લૌ	લં	લઃ
la	la	li	li	lu	lu	lr	le	lai	lo	lau	lam	lah
વ	વા	વિ	વી	વુ	વૂ	વૃ	વે	વૈ	વો	વૌ	વં	વઃ
va	va	vi	vi	vu	vu	vr	ve	vai	vo	vau	vam	vah
શ	શા	શિ	શી	શુ	શૂ	શૃ	શે	શૈ	શો	શૌ	શં	શઃ
sha	sha	shi	shi	shu	shu	shr	she	shai	sho	shau	sam	shah
સ	સા	સિ	સી	સુ	સૂ	સૃ	સે	સૈ	સો	સૌ	સં	સઃ
sa	sa	si	si	su	su	sr	se	sai	so	sau	sam	sah
હ	હા	હિ	હી	હુ	હૂ	હૃ	હે	હૈ	હો	હૌ	હં	હઃ
ha	ha	hi	hi	hu	hu	hr	he	hai	ho	hau	ham	hah

etc, etc. વગેરે-વગેરે.

3. Vowels - signs (Matras) are used in the same way with all the consonants excepting ઉ and ઊ with ર as -

ર + ઉ = રુ   ર + ઊ = રૂ (રૂ)

Making the words combining vowels 'with' consonants

Let us combine the vowels with consonant and make words. Thus we shall attain knowledge of various sounds of Gujarati language and learn the meanings of many words.

(i) Combining the vowel આ (a) with consonants

Combination of આ will be like-wise-

કામ **kam,** work
નામ **naam,** name
માતા **mata,** mother
છાયા **khavanu,** shadow
મોટા **mota,** big
શાક **shak,** vegetable
તારા **tara,** star
સાકર **sakar,** sugar
ઘરેણાં **garena,** ornaments
ઝરણા **Zharna,** fountain

(ii) Combining the vowel ઈ (i) with consonants.

When joined to a consonant, original vowel ઇ gives place to its sign િ which is used before the consonants concerned.

દિવસ **divas,** day
બાકસ **machis,** match stick
પિતા **pita,** father
શિક્ષા **shiksha,** education
શિકાર **shikar,** hunting
ગતિ **gati,** speed
મિત્ર **mitra,** friend
ચિત્ર **chitra,** picture
શનિવાર **shanivar,** satuarday
રવિવાર **ravivar,** Sunday

(iii) Combining the vowel ઈ (i) with consonants

ઠીક **thik,** right
ગીત **git,** song
ગરીબ **garib,** poor
શરીર **sharir,** body
દિવસ **divas,** wall
પાણી **pani,** water
ગરમી, **garmi,** heat
રાણી **rani,** queen

(iv) Combining the vowel ઉ (u) with consonants

When ઉ (u) or ઊ (u) is to be blended with a consonant except ર, its abbreviated form is put under the consonant.

ઉ **(u)**

ગુણ **gun,** quality
ગુરુ **guru,** teacher
ગુલાબ **gulab,** rose
ચુંટણી **chunav,** election
પશુ **pashu,** animal
વાયુ **vayu,** air

ઊ **(u)**

ભૂલ **bhul,** mistake દૂધ **dudh,** milk
ફૂલ **phul,** flower
મૂળો **mulo,** radish
ચાકૂ **chaku,** knife
ડાકૂ **daku,** dacoit

When ઉ (u) or ઊ (u) is to be blended with ર -

ruchi, interest
rudhir, blood
રુમાલ **rumal,** hankie

ઊ **(u)**

રૂપ **rup,** beauty
શરૂ **sharu,** begin

રૂપિયો **rupio,** rupee

20

(v) Combining the vowel ઋ (ri) with consonant

The pronunciation of 'ri' in English word 'bridge'. Its pronunciation is somewhere between અ & ઇ Actually a bit near to ઈ. But in modern Gujarti it is usually pronunced as ક્રિપા (kripa)

That are some examples in which the combination of ઋ with different Consonants can be seen.

કૃપા **krupa,** kindness	ઘૃણા **ghruna,** hate
કૃષિ **krushi,** agriculture	ગૃહ **gruh,** house
પૃથક **pruthak,** separate	કૃપણ **krupa**, miser

(vi) Combining the vowel એ (e) or ઐ (ei) with Consonants,

એ (e)

દેશ **desh,** country	ખેતર **khetar,** field
મને **mane,** to me	એને **ene,** to him
સેવા **seva,** service	સેના **sena,** army
લેવા **leva,** to bring	વેચવા **vechva,** to sell

ઐ (ai)

દૈનિક **dainik,** daily	કૈલાશપતિ **kailash,** name of God Shiva
સૈનિક **sainik,** soldier	મૈત્રી **maitri,** friendship
સૈર **sair,** to loiter	

(vii) Combining the vowel ઓ (o) or ઔ (an) with Consonants.

ઓ (o)

ચોર **chor,** thief	મોર **mor,** peacock
દોષ **dosh,** fault	કોષ **kosh,** treasure
તોડવું **todvu,** to break	જોડ **jod,** to attach
ભોજન **bhojan,** food	બોલ **bol,** to speak

ઔ (au)

ઔપચારિક, **aupacharik,** formal	ભૌતિક **bautik,** Geography
ઔષધિ **aushadhi,** medicine	
મૌન **maun,** silence	

(viii) Combining the semi-vowels (અયોગવાહ) with consonants.

In Gujarati, there are two અયોગવાહ (semi-vowels) -

(i) અનુસ્વાર (Anuswar) - It is placed above the vowel (e.g. અંગ) or consonant vowel after which it is pronunced (e.g. મંદ).

(ii) વિસર્ગ (Visarga) - It is placed after the vowel or consonant + vowel. (e.g. નિ:સંદેહ, દુ:ખ, etc.)- It is used with the Sanskrit words.

Let us have some more words

અનુસ્વાર- (.)

અંક **ank,** number	અંગ **ang,** body
અંશ **ansh,** part	સિંહ **sinha,** lion

વિસર્ગ- (:)

દુ:ખ **duhkh,** sorrow	નિ:સંકોચ **nihsankoch,** unhesitating
પુન: **punah,** again	દુ:સહ્ય **duhsahy,** unbearable

REMARKABLE ઉલ્લેખનીય

1. The abbreviated form of vowel ઈ (િ) is put before the concerned consonant.
2. The vowel signs (માત્રાઓ) are used in the same way with all the consonants except ઉ & ઊ with ર as -

   ર + ઉ = રુ   ર + ઊ = રૂ
3. There are much difference among હસ and હંસ. હસ is un-nasal word and હંસ is nasal word.
4. Mostly the visarga (વિસર્ગ) is used in Sanskrit words as in – દુ:ખ, નિ:સંદેહ etc.

6TH STEP
છઠ્ઠી સીડી

CONJUNCTS
સંયુક્ત વર્ણ

ક્ષ ત્ર જ્ઞ There are three additional letters, which are conjunctures of two consonants and one vowel. Thus they are called conjuncts.

There conjuncts can be separated in this way -

ક્ષ = ક્ + ષ + અ ksa : A in - કક્ષા **kaksa,** class

ત્ર = ત્ + ર + અ tra : As in - પત્ર **patra**, letter

જ્ઞ = જ્ + ઞ + અ jna : As in - જ્ઞાન **jnan** or **gyan, knowledge**

સંયુક્ત વર્ણ - When two or more consonants have no vowel between them and they are pronounced together, are called conjuncts.

AS - ગ્ + વ = ગ્વ; દ્ + દ = દ્દ; ક્ + ત = ક્ત;
ક + ર = ક્ર; ટ્ + ટ = ટ્ટ

The consonants may be divided into five groups for making conjuncts :

(a) પાયાવાળા વ્યંજનો (Consonants ending in a vertical line) as– ગ્ = ૭.

(b) ખૂંટીધારી પાયાવાળા વ્યંજન (Consonats of group 'a' having curve the right), as–ક્ = ક્

(c) વગર પાઈપાળા વ્યંજન, જે સંયુક્તાક્ષરના રૂપમાં ઉપર-નીચે લખાય છે.

(Consonants not ending in a vertical line, which are formed by writing the second-one just below the first) As -

દ્ + ધ = દ્ધ

(d) વગર પાઈવાળા વ્યંજન, જે સંયુક્તાક્ષરના રૂપમાં જુદા જુદા પહેલાં વ્યંજનમાં હલ્ લગાવીને લખાય છે.

(Consonants not ending in vergical line, which are formed by writing the first-one with a Hal-mark) As - ટ્ + ઠ = ટ્ઠ.

(e) સંયુક્તાક્ષરોના અપવાદ રૂપ (Exceptional forms of conjuncts)

As - ક્ + ર = ક્ર; ડ્ + ર = ડ્ર; દ્ + મ = દ્મ
શ્ + ર = શ્ર.

In this group, there are some irregular conjuncts which do not follow any rule.

Now we shall see the conjucts into the aforesaid groups.

Group one પાઈવાળા વ્યંજન

ગ્ગ	ગ્ધ	ધ્ય	ચ્ચ	ચ્છ	જ્વ
ત્થ	ધ્ય	ન્ય	પ્વ	બ્ય	ભ્ય
મ્ય	લ્ય	વ્ય	શ્ક	ષ્ય	સ્વ

Group two ખૂંટીધારી પાઈવાળા વ્યંજન

ક્ + ય = ક્ય   ક્ય   ક્વ   ક્ત   ક્લ

ફ્ + ત = ફ્ત   ફ્ત   ફ્ય   ફ્વ   ફ્ન

ક્ + ક = ક્ક   ક + ક = ક્ક

Group three પાઈ વગરના વ્યંજન (ઊપર નીચે લખાય)

દ્ + દ = દ્દ   દ્ + ધ = દ્ધ   હ્ + ર = હ્ર

દ્ + વ = દ્વ   દ્ + ર = દ્ર   ડ્ + ર = ડ્ર

Group five પાઈ વગરના વ્યંજન (જુદા જુદા લખાય)

ટ્ + ટ = ટ્ટ   ટ્ + ઠ = ટ્ઠ

ડ્ + ડ = ડ્ડ   ઠ્ + ય = ઠ્ય

Group five સંયુક્તાક્ષરોના અપવાદરૂપ

(i) with ર

ક્ + ર = ક્ર   ગ્ર   ઘ્ર   જ્ર   ઝ્ર

ત્ + ર = ત્ર   ત્ર   દ્ર   ધ્ર

પ્ + ર = પ્ર   ફ્ર   બ્ર   ભ્ર   સ્ર

શ્ + ર = શ્ર   વ્ર   સ્ર

(ii) with other consonants

ર્ + ક = ર્ક   ર્ખ   ર્ગ   ર્ઘ   ર્ચ

ર્ + ક = ર્છ   ર્જ   ર્ટ   ર્ઠ   ર્ઢ

ર્ + ણ = ર્ણ   ર્ત   ર્થ   ર્દ   ર્ધ

ર્ + ન = ર્ન   ર્પ   ર્ફ   ર્બ   ર્ભ

ર્ + મ = ર્મ   ર્ય   ર્વ   ર્લ   ર્શ

ર્ + ષ = ર્ષ   ર્સ   ર્હ

(iii) with ય, મ, ન

હ્ + મ = હ્મ or હમ

હ્ + ય = હ્ય or હય

હ્~ + ન = હ્ન or હન

હ્ + વ = હ્વ or હવ

દ્ + મ = દ્મ or દમ

દ્ + ય = હ્ય or હ્ય
(iv) ક્ષ, ત્ર, જ્ઞ
ક્ + ષ = ક્ષ (ક્ષતિ)
ત્ + ર = ત્ર (પત્ર)
જ્ + ઞ = જ્ઞ (જ્ઞાની)

Let us learn some words constituted with various conjuncts.

(ક્) ભક્તિ **bhakti,** devotion
શક્તિ **shakti,** power
(સ્) ઉપસ્થિત **upasthit,** present
સ્થિતિ **sthiti,** position
(દ્) વિદ્યા **vidhya,** education
દ્વારા **dvara,** through
(પ્) પ્યાર **pyar,** takenover
પ્યાસ **pyas,** weel
(ચ્) સચ્ચાઈ **balak,** truth
(ટ્) ટટ્ટુ **tattu,** pony, horse
(લ્) કબાટ **kabat,** cupboard
(ર-) કાર્ય **karya,** work
અર્થ **artha,** meaning
વર્ષ **varsh,** year
વર્ષા **varsha,** rain
કાર્યાલય **karyalaya,** office

(ખ્) મુખ્ય **mukhya,** chief
સંખ્યા **sankhya,** number
(ગ્) યોગ્ય **yogya,** able
લગ્ન **lagna,** marriage
(ત્) યત્ન **yatna,** effort
સત્ય **satya,** truth
(ન્) ન્યાય **nyay,** justice
અન્ય **anya,** other
(જ્) લજ્જા **lajja,** shame
(ડ્) અડ્ડો **addo,** station
(ણ્) પુણ્ય **punya,** virtue
(-ર્) પ્રકાશ **prakash,** light
ગ્રામ **gram,** village
ક્રમ **kram,** series
શ્રમ **shram,** labour
ડ્રામા **drama,** drama
રાષ્ટ્ર **rashtra,** nation

REMARKABLE ઉલ્લેખનીય

1. ક્ષ, ત્ર, જ્ઞ are additional letters. They are conjucts.
2. ત્ર, ક્ર, ઘ્ર, હ્ર, શ્ર, દ્ય are alternatively written as ત્ર, હ્મ, હ્ન, શ્ર, દ્ય.
3. ક્ર means that the first consonat ક is હલ્ (without vowel) .ક્ર means that the first consonant ર્ is હલ્ (without vowel). Thus ટ્ર means that the first consonat ટ્ is હલ્ (without vowel). Learn it.
4. The usage of ङ् ग् ण् न् म् in the words અङ્ક., આઞ્ચલ, દણ્ડ, અન્ત, કમ્પન etc. has been excluded from modern Gujarati language. Now અનુસ્વાર (anuswar) is put instead of them. As અંક, આંચલ, દંડ, અંત, કંપન etc.

7TH STEP
સાતમી સીડી

THE PARTS OF SPEECH
શબ્દોના ભેદ

1. A sentence consist of two parts - ઉદ્દેશ્ય (Subject) and વિધેય (Predicate). ઉદ્દેશ્ય is that about which something has been said in the sentence. વિધેય is what has been said about it.

Both the ઉદ્દેશ્ય and the વિધેય may consist of more than one word. This, every word in a sentence performs a difinite funtion.

2. There are eight categories of classes of words which are called 'Parts of Speech.' The are -

1. સંજ્ઞા (Noun)	5. ક્રિયા-વિશેષણ (Adverb)
2. સર્વનામ (Pronoun)	6. સંબંધ-બોધક (Post-position)
3. વિશેષણ (Adjective)	7. યોજક (Conjunction)
4. ક્રિયા (Verb)	8. વિસ્મયાદિબોધક (Exclamation)

The first four are વિકારી (Declinable, and second four are અવિકારી (Indeclinable).

Now, read carefully are following sentences-

ઓહ ! નાના ભાઈ અને બહેને મને રૂમની અંદર ધીરે ધીરે કહ્યું.

Oh! Younger brother and sister tole me quietly in the room.

in the above sentence-

ઓહ ! નાના ભાઈ અને બહેને is ઉદ્દેશ્ય (subject)

and-

મને રૂમની અંદર ધીરે ધીરે કહ્યું is વિધેય (Predicate)

Let us explain every word of this sentence in detail gramatically and try to test each word what part of speech it is.

(1) ઓહ (oh) - Exclamation[8]

(2) નાના (younger) - Adjective[3]

(3) ભાઈ (brother) - Noun[1]

(4) અને (and) - Conjunction[7]

(5) બહેને (sister) - Noun[1]

26

(6) મને (to me) - Pronoun[2]
(7) (રૂમની) અંદર [inside (the room)] - Post-position[6]
(8) ધીરે-ધીરે (quietly) - Adverb[5]
(9) કહ્યું (told) - Verb[4]

Thus, we learn the role of every part of speech. In the following chapters, we shall explain every constituent of sentence very briefly.

THE PARTS OF SPEECH
શબ્દના ભેદ

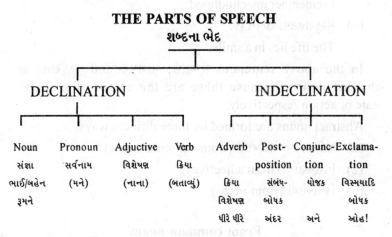

Noun
સંજ્ઞા
ભાઈ/બહેન
રૂમને
Pronoun
સર્વનામ
(મને)
Adjective
વિશેષણ
(નાના)
Verb
ક્રિયા
(બતાવ્યું)
Adverb
ક્રિયા
વિશેષણ
ધીરે ધીરે
Post-position
સંબંધ-
બોધક
અંદર
Conjunc-tion
યોજક
અને
Exclama-tion
વિસ્મયાદિ
બોધક
ઓહ!

NOUN
સંજ્ઞા

A noun is a world which is a name of anything.
There are three kinds of nouns, in Gujarati,
(i) વ્યક્તિવાચક Proper noun
(ii) જાતિવાચક Common noun
(iii) ભાવવાચક Abstract noun

ગોપાલ એક પુરુષ છે.	Gopal is a man.
મુંબઈ એક નગર છે.	Bombay is a city.
બાઈબલ એક પુસ્તક છે.	Bible is a book.

(i) ગોપાલ, મુંબઈ અને બાઈબલ are the names of particular person, place and thing respectively. Thus these are proper nouns.

(ii) પુરુષ, નગર and પુસ્તક are the names of any person, place and thing of the same class respectively. Thus these are common nouns.

(iii) Abstract noun is the third kind of noun. It is a name of a quality, state or action, e.g. પુરુષત્વ, નાગરિકતા, જ્ઞાન etc.

Read out the following sentences-

(a) સચ્ચાઈ મનુષ્યનો સર્વોત્તમ ગુણ છે.
Truth is the best quality of man.

(b) મને પોતાના બાળપણની યાદ છે.
I remember my childhood.

(c) મુસ્કુરાહટમાં જીવન છે.
The life lies in a smile.

In the above sentences સચ્ચાઈ, બાળપણ and મુસ્કુરાહટ are abstract nouns, because these are the names of a quality, state or action respectively.

Abstract nouns are formed by three diffeent ways:

(1) જાતિવાચક સંજ્ઞાઓથી (from common nouns)

(2) વિશેષણોથી (from adjectives)

(3) ક્રિયાઓથી (from verbs)

From common nouns

common nouns	*Abstract nouns*	*Common nouns*	*Abstract nouns*
શત્રુ	શત્રુતા, emnity	પુરુષ	પુરુષત્વ, manhood
માનવ	માનવતા, humanity	ગુરુ	ગુરુત્વ, eminence
મિત્ર	મિત્રતા, friendship	દેવ	દેવત્વ, godlines

From Adjectives

Adjectives	*Abstract nouns*	*Adjectives*	*Abstract nouns*
ચતુર	ચતુરતા, cleverness	ચતુર	ચાતુર્ય, clevernes
સુંદર	સુંદરતા, beauty	સુંદર	સૌંદર્ય, beauty
મધુર	મધુરતા, sweetness	મધુર	માધુર્ય, sweet-ness
ઊંચો	ઊંચાઈ, hight	ભલો	ભલાઈ, welfare
ચોર	ચોરી, theft	લાંબો	લંબાઈ, height

From Verbs

Verb	*Abstract nouns*		*Verb*	*Abstract nouns*	
સાગજવું	સમજ	under standing	છાપવું	છપાઈ	printing
ઝગડવું	ઝગડો	quarrel	લખવું	લખાવટ	writing
લખવું	લખાવટ	writing	સજાવવું	સજાવટ	decoration
બચાવવું	બચત	saving	તપાસવું	તપાસ	checking

REMARKABLE ઉલ્લેખનીય

1. Here are some Gujarati-suffixes which are attached of Nouns, Adjectives and Verbs for forming Abstract Noun respectively:

(i) -તા, - ત્વ, - પન, -મનુષ્યતા, દેવત્વ, બચપન

(ii) -તા, -તવ, -આઈ, -ઈ, આપા, -ય - સુંદરતા, લઘુત્વ, નીચાઈ, ગરમી, મોટાપા, સૌંદર્ય

(iii) -આઈ, આવટ, આહટ, -આ, ત -મનાઈ, બનાવટ, ગભરાટ, ઝગડા, લત

2. Sometimes the roots itself become the Abstract Nouns-

Abstract noun	From the root infinitive
સમજ	સમજવું
જાંચ	જાંચવું

8TH STEP
આઠમી સીડી

GENDER
વચન

ન(લિંગ) (Gender) is the distinction of sex. Gujarati has three genders -

(i) પુલ્લિંગ The names of males are always masculine.

(ii) સ્રીલિંગ The names of femailes are always feminine.

Examples :

(iii) નપુંસકલિંગ The name of things - They can be masculine of feminine.

પુલ્લિંગ masculine	*સ્રીલિંગ feminine*
પુરુષ (male), કુતરો (dog)	સ્રી (female), ગાય (cow)
સિંહ (lion), ઊંટ (camal)	ઘોડી (mare), છોકરી (girl)
ઘોડો (horse), છોકરો (boy)	ધોબણ (washer-woman
ધોબી (washerman)	lioness (સિંહણ)

સંબંધી Relations

પિતા (father), પુત્ર (son)	માતા (mother), (daughter)
ભાઈ (brother), કાકા (uncle)	બહેન (sister), કાકી (aunt)
મામા (maternal uncle)	મામી (maternal aunt)
માસા (husband of mother's ssiter)	માસી (mother's sister)
ફૂઆ (husband of father's sister)	ભાણી (niece)
ભત્રીજો (brother's son)	વહુ (daughter-in-law)
જમાઈ (son-in-law)	નણંદ (sister-in-law)
ભાણિયો (sister's son	સાળી (wife's sister)
જેઠ (brother-in-law)	
(ભાઈ)	(બહેન)
કાકાના cousin : son of uncle	કાકાની cousin - daughter of uncle
માસીના son of mother's sister	માસીની Cousin - Daughter of mother's sister

પ્રાણીહીન પદાર્થોનું લિંગ The Gender of Inanimate Objects.

It is noticeable that Gujarati has no neuter gender in it. That is why all inanimate objects and abstract nouns are either masculine of feminine. Thus it is very difficult to differentiate the actual gender of these objects.

The genders of inanimate objects are to be settled by two means–

(i) અર્થના આધાર પર According to meaning.

(ii) રૂપના આધાર પર According to form.

1. Fixation of Gender-According to Meaning

પુલ્લિંગ Masculine

These are masculine-

(1) Names of countries and provinces, etc. ભારત, પાકિસ્તાન, બાંગ્લાદેશ, જાપાન, બર્મા, અમેરિકા, ઈંગ્લેન્ડ, ફ્રાંસ etc.
પંજાબ, હરિયાણા, હિમાચલ પ્રદેશ, ઉત્તર પ્રદેશ, તામિલનાડુ, કર્ણાટક, આંધ્ર પ્રદેશ, મહારાષ્ટ્ર, ગુજરાત, રાજસ્થાન etc.

(2) Names of hills and oceans.
હિમાલય, વિંધ્યાચલ, સુમેરુ પર્વત હિંદ મહાસાગર, અરબ સાગર, લાલ સાગર
Exceptions–બંગાળની ખાડી **(Fem.)**

(3) Names of devision of time\months.
(i) ક્ષણ, પળ, સેકંડ, મિનિટ, કલાક, દિવસ, સપ્તાહ, મહિનો, વર્ષ વગેરે.
(ii) ચૈત્ર, વૈશાખ, જેઠ, અષાઢ, શ્રાવણ, કાર્તક, પોષ, મહા, ફાગણ, જાન્યુઆરી, ફેબ્રુઆરી, માર્ચ, એપ્રીલ (અંગ્રેજી મહિના)

સ્ત્રીલિંગ Feminine

These are feminine-

(1) Names of vans and carriages, etc. રેલગાડી, ગાડી, બસ, લૌરી, મોટરકાર, બોટ, નાંવ રૂસ (અપવાદ) સ્ટીમર, વાયુમાન હવાઈ જહાજ, ટાંગો, ઠેલો

(2) Names of rivers and canals
સતલજ, વ્યાસ, રાવી, ચિનાબ, જેલમ, ગંગા, ગાદાવરી, નર્મદા, યમુના, તાપતી
Exceptions–સોન, સિંધુ **(Mas.)**

(3) Names of તિથિઓ (lunar days)
પડવો, બીજ, પાંચમ, આઠમ, દશમિ, અમાસ, પૂર્ણિમા, ત્રીજ

(iii)સોમવાર, મંગળવાર, બુધવાર વગેરે.

(4) **Names of planets**	(4) **Names of spices**
સૂર્ય, ચંદ્ર, મંગળ, બુધ,	એલાયચી, સોપારી, મરી, હળદર,
શનિ, રાહુ, કેતુ	મલઠ્ઠી.
(5) **Names of metals**	(5) **Names of stars**
સોનું, લોખંડ, કાંસૂ, તાંબુ,	મૃગશિરા, અશ્વિની, સ્વાતિ etc.
ચાંદી	
(6) **Names of jewels**	(6) **Names of languages**
હીરા, પન્ના, પુખરાજ, નીલમ	હિંદી, પંજાબી, બંગાળી,
મોતી Exception–	ગુજરાતી, મરાઠી
(7) **Names of trees**	(7) **Names of foods**
પીપળો, વડ	પૂરી, કચોરી, દાળ, ખિચડી,
	રોટલી
	Exception– પરોઠો, ભાત,
	દલિયા

2. **Fixation of Gender-According to Form**

પુલ્લિંગ Masculine	સ્ત્રીલિંગ Feminine
(1) **Gujarati words ending-**	(1) **Gujarati words ending-**
આ, આવ, પન, પા,	આઈ, યા, વટ, હટ
પૈસા, કપડા, ઘડા	સફાઈ, રસોઈ
બહાર, તનાવ, ધનિયા, મોતિયા	
નાનપણ, લાડપણ	ઉપરવટ, સજાવટ
બાપા etc	ચિકનાવટ, ગરમાવટ etc.
(2) **Sanskrit nouns ending-**	(2) **Sanskrit nouns ending-**
in ત્વ, ય, ત, ન	in તા, આ, ઇ, ઈ
પશુત્વ, મહત્ત્વ, સત્વ,	પશુતા, આવશ્યકતા
સૌંદર્ય, કાર્ય, માધુર્ય	માળા, શોભા, દાદા, દયા
ચરિત, ગીત, પતિત	મતિ, બુદ્ધિ, હાન
શાસન, પાલન.	નદી, ધરતી etc.

Actually, the gender-system, in Gujarati, is extermely arbitrary. Of course, there are certain rules by which the gender of most of the nouns may be determined. But that is not final at all. There are many exceptions. The non-Gujarati speaking learners should keep this fact in mind. There is no need to being nervous. The learner should take help from dictionaries and listen correct Gujarati speech.

Try in the right direction and you will find that you are on progress.

REMARKABLE ઉલ્લેખનીય

1. The English word 'cousin' stands for all these -
   (i) ફઈનો, મામેરો, માસીનો ભાઈ
   (ii) ફઈની, મામાની, માસીની બહેન
   In Gujarati, all these words are used for the particular relations.

2. The Emglish word 'uncle' stands for all these-
   મામા, ફૂઆ, માસા, કાકા.
   Thus 'aunt' stants for -
   મામી, ફોઈ, માસી, કાકી.

In Gujarati, these words are separately used for the said relations.

3. The word 'uncle' is used for the father's brother, whether he may be elder or younger. But in Gujarati, there are separate words: મોટાકાકા/બાપાકાકા for father's elder brother and કાકા for father's younger brother.

9TH STEP
નવમી સીડી

NUMBER
વચન

Like English and many other Indian regional languages, there are two numbers in Gujarati - (i) એકવચન (Singular) and (ii) બહુવચન (Plural. Gujarati does not recognize the દ્વિવચન (dual number) found in Sanskrit. All nouns, pronouns and verbs fall under these two heads of number.

All the nouns change their forms according to their numbers and genders.

When we are discussing separately number, we shall treat masculine and feminine nouns separately. Look at he following words. you will see that they are categorically set.

(i) Masculine)	(ii) Feminine
ફળ (fruit) અ-ending word	આંખ (eye) અ-ending word
રાજા (king) આ-ending word	માતા (mother) આ-ending word
મુનિ (sage) ઇ-ending word	તિથિ (date) ઇ-ending word
સુખી (happy) ઈ-ending word	નદી (river) ઈ-ending word
સાધુ (saint) ઉ-ending word	વસ્તુ (thing) ઉ-ending word
	વહૂ (daughter-in-law) ઊ-ending word
	ગાયો (cow) ઔ-ending word

(i)   ફળ, રાજા, મુનિ, સાધુ are masculine nouns.

(2)   આંખ, માતા, તિથિ, નદી, વહૂ, ગાય are feminine nouns.

ફળ & આંખ and અ ending words, રાજા & માતા are આ ending words.

They are alike in vowel-endings. But it is noticeable that forms of ફળ and આંખ, રાજા and માતા, મુનિ and તિથિ etc., will be unlike.

The plural forms of masculine and feminine nouns go sepa-rately according to their own rules. You will learn it in the

34

following chart.

Masculine noun

Singular	Plural	Oblique singular	Oblique plural
ફળ	ફળ	ફળને	ફળોને
રાજા	રાજા	રાજાને	રાજાઓને
મુનિ	મુનિ	મુનિને	મુનિઓને
સુધી	સુધી	સુધીને	સુધીઓને
સાધુ	સાધુ	સાધુને	સાધુઓને

Feminine noun

Singular	Plural	Oblique singular	Oblique plural
આંખ	આંખો	આંખોને	આંખોને
માતા	માતાઓ	માતાને	માતાઓને
તિથિ	તિથિઓ	તિથિને	તિથિઓને
નદી	નદીઓ	નદીને	નદીઓને
વસ્તુ	વસ્તુઓ	વસ્તુને	વસ્તુઓને
વહૂ	વહૂઓ	વહૂને	વહૂઓને
ગાય	ગાયો	ગાયને	ગાયોને

Thus in numbers, feminine nouns ccan be differentiated from masculine nouns.

There are both the forms (singular and plural) of the nouns in both the genders, in the following:

Masculine (-અ)		Feminine (-અ)	
Singular	Plural	Singular	Plural
દિવસ (day)	દિવસો (days)	રાત્રિ (night)	રાત્રિઓ (nights)
નારિયેળ (coconut)	નારિયેળો (coconuts)	તલવાર (sword)	તલવારો (swords)
કાગળ (paper)	કાગળો (papers)	બહેન (sister)	બહેનો (sisters)
ઘર (house)	ઘરો (houses)	ભૂલ (error)	ભૂલો (errors)
ઝાડ (tree)	ઝાડ (trees)	વાત (matter)	વાતો (matters)

(-આ)		(-આ)	
કાપડ (cloth)	કપડાઓ (clothes)	વર્ગ (class)	વર્ગઓ (classes)
કાકા (uncle)	કાકાઓ (uncles)	હવા (wind)	હવાઓ (winds)
પાના (paper)	પાનાઓ (papers)	સંખ્યા (number)	સંખ્યાઓ (numbers)
માળા (floor)	માળાઓ (floors)	માળા (necklace)	માળાઓ (necklaces)

(-ઇ)		(-ઇ)	
પતિ (husband)	પતિઓ (hunbands)	પંક્તિ (row)	પંક્તિઓ (rows)
(-ઈ)		(-ઈ)	
ભાઈ (brother)	ભાઈઓ (brothers)	લાકડી (stick)	લાકડીઓ (stickes)
હાથી (elephant)	હાથીઓ (elephants)	બારી (windows)	બારીઓ (windows)
સાથી (fellow)	સાથીઓ (fellows)	ચિઠ્ઠી (letter)	ચિઠ્ઠીઓ (letters)
		છોકરી (girl)	છોકરીઓ (girls)

Something more to remember ..

1. Some Sanskrit masculine nouns ending in -આ do not change in plural :

Singular	*plural*	*Singular*	*plural*
નેતા (leader)	નેતા (leaders)	શ્રોતા (listner)	શ્રોતા (listners)
વક્તા (speaker)	વક્તા (speakers)	મંત્રી (minister)	મંત્રી (ministers)

But usually 'ગણ' (group) is added in the sigular to make plural. It is noticeable that ગણ indicates many persons in number. Example : નેતાગણ, શ્રોતાગણ etc.

This rule applies in પાઠકગણ, દર્શકગણ, છાત્રગણ, મુનિગણ also.

2. પ્રાણ, દર્શન, આંસૂ are always applied in the plural form આપણા પ્રાણ, તમારા દર્શન, દુઃખીઓના આંસૂ etc.

10TH STEP
દસમી સીડી

CASH & DECLENTION OF NOUNS
કારક અને સંજ્ઞા શબ્દોના રૂપ

There are eight cases in Gujarati expressed by different post-positions or case-endings. The post-positions mostly correspond to English prepositions. The post-positions .. of all the cases are as given below:

Case	Post-positions	Usage
1. કર્તા nominative	X, એ	રામે
2. કર્મ Objective	ને - to	રામને
3. કારણ Instrumental	થી - by	રામથી
4. સંપ્રદાન Dative	ને, માટે - for	રામને, રામના માટે
5. અપાદાન Ablative	થી - from, for than	રામથી
6. સંબંધ Possiessive	નો, ના, ની - of	રામના, રામની
7. અધિકરણ Locative	પર, ઉપર - above, in, at	રામમાં, રામ પર, રામ ઉપર
8. સંબોધન Vocative	અરે ! હે ! -Oh!, hay!	

Learn usage of cases in the following phrases or sentences. All the cases have been given respectiely.

1. કર્તા કારક

(i) રામ આવ્યો.   **Ram came**

(ii) રામે કહ્યું.   **Ram said**

It is worth remembering that the case-ending or post-position ને is used mostly after the nominatives of transitive verbs in the past tense.

2. કર્મ કારક
   (i) આ પુસ્તકને લઈ જાઓ.   Take this book
   (ii) રામે મહેનત કરવી જોઈએ.   Ram should work hard.
3. કરણ કારક
   (i) પોતાના હાથથી અહીંયા સહી કરો.   Please sign here with
                                           your hand.
   (ii) આ અમિતથી લખાયેલું છે.   It is written by Amit.
4. સંપ્રદાન કારક
   (i) આભાને આ પુસ્તક આપો.   Give this book to Abha.
   (ii) માં માટે એક કપ દૂધ લાવો.   Bring a cup of milk for
                                           mother.
5. અપાદાન કારક
   (i) ઝાડ પરથી પાન પડે છે.   Leaf falls from the tree.
   (ii) હું આશ્રમથી આવી રહ્યો છું.   I am coming from the
                                           Ashram.
6. સંબંધકારક
   (i) વિકાસ રાખીનો ભાઈ છે.   Vikas is the brother of
                                           Rakhi.
   (ii) હું આગરાના કિલ્લામાં ગયો.   I went to thr fort of Agra.
   (iii) લક્ષ્મી બાઈ ઝાંસીની રાણી હતી.   Luxmi bai was the queen
of Jhansi.
7. અધિકરણ કારક
   (i) અમે રૂમમાં બેઠા છીએ.   We are sitting in the
                                           room.
   (ii) ટેબલ પર પુસ્તક પડી છે.   The book is on the table.
8. સંબોધન કારક
   (i) હે ભગવાન! મારી રક્ષા કરો.   O God ! Save me.
   (ii) એ બાળક! ભાગી જાવ.   O children! Run away.

Declension of noun સંજ્ઞાશબ્દોની રૂપાવલી

The mode of declension of a noun depends on its ending and gender. In Gujarati all nouns end in vowels. Two examples of declension of nouns are given below :

પુલ્લિંગ શબ્દ 'પિતા' (Father) (અકારાંત)

Case	Singular	Plural
1. Non.	પિતા/પિતાએ	પિતાઓએ
2. Obj.	પિતા/પિતાએ	પિતાઓને

38

3. Ins.	પિતાને	પિતાઓને
4. Dat.	પિતા માટે	પિતાઓ માટે
5. Abl.	પિતાથી	પિતાઓથી
6. Poss.	પિતાના	પિતાઓના
7. Loc.	પિતા પર	પિતાઓ પર
8. Voc.	ઓ પિતા !	ઓ પિતાઓ !

All such masculine nouns ending in આ are declined like પિતા, ઘોડા etc.

કેટલીક બીજી સંજ્ઞાઓની સાંકિતિક રૂપાવલી. Indicative declension of some more nouns.

Two cass are to be distinguished - (i) Direct and (ii) Oblique. The direct case remains without post-position. On the contrary, oblique occurs mostly with the post-position.

1. Musculine 'બાળક' શબ્દ 'અ' - ending એકવચન Singular

સીધા Direct : Nominative cases : બાળક

તિર્યક Oblique : All the cases : બાળકને, થી, માટે, ના, માં હે બાળક

બહુવચન Plural

સીધા Direct : Nominative cases : બાળકો

તિર્યક Oblique : All the cases : બાળકોને, ને, થી, માટે, માં, હે બાળકો !

2. Musculine ઈ - ending, ઈ - ending, ઉ - ending, ઊ - ending

	Singular	Plural without post-position	Plural with post-position
ઇ– ending	મુનિ	મુનિ	મુનીઓએ/ને/થી etc.
ઈ–ending	હાથી	હાથી	હાથીઓએ/ને/થી etc.
ઉ– ending	સાધુ	સાધુ	સાધુઓએ/ને/થી etc.
ઊ– ending	ડાકૂ	ડાકૂ	ડાકૂઓએ/ને/થી etc.

આ - ending words (i) કાકા etc., showing relationship, and (ii) loan words રાજા etc., from Sanskrit are declined differently as under :-

(i) કાકા	કાકા	કાકાઓએ/ને/થી etc.
(ii) રાજા	રાજા	રાજાઓએ/ને/થી etc.
(i) મામા	મામા	મામાઓએ/ને/થી etc.
(ii) દેવતા	દેવતા	દેવતાઓએ/ને/થી etc.

સ્ત્રીલિંગ શબ્દ 'છોકરી' Girl (ઈકારાંત)

[Feminine ending in ી*]*

Case	Singular	Pular
1.	છોકરી/છોકરીએ	છોકરીઓ/છોકરીઓએ
2.	છોકરીને	છોકરીઓને
3.	છોકરીથી	છોકરીઓથી
4.	છોકરી માટે	છોકરીઓ માટે
5.	છોકરીથી	છોકરીઓથી
6.	છોકરીના/ની/ને	છોકરીઓના/ની/ને
7.	છોકરીમાં/પર	છોકરીઓમાં/પર
8.	હે છોકરી !	હે છોકરીઓ !

Most of the feminine nouns ending in ઈ are declined like 'છોકરી'. Some nouns are : શ્રીમતી, નદી, રોટલી, ધોતી, નારી.

Feminine અ, આ, ઇ, ઈ, ઉ, ઊ, ઔ– ending nouns :

	Singular	*Plural without post-position post-position*	*Plural with post-position*
અ– ending :	રાત	રાત્રો	રાત્રોએ/ને/થી etc.
આ– ending :	છાત્રા	છાત્રાઓ	છાત્રાઓની/પર etc.
ઇ– ending :	જાતિ	જાતિઓ	જાતિઓની/ની etc.
ઈ– ending :	સાડી	સાડીઓ	સાડીઓ માટે/માં etc.
ઉ– ending :	વસ્તુ	વસ્તુઓ	વસ્તુઓને/થી etc.
ઊ– ending :	વહૂ	વહૂઓ	વહૂઓથી/પર/માટે etc.
ઔ– ending :	ગૌ	ગૌઓ	ગૌઓને/માટે/થી/ઓ/ ગૌઓ ! etc.

REMARKABLE ઉલ્લેખનીય

1. In English there are prepositions but in Gujarati, there are post-position. the clause 'on the road' i translated innto Gujarati 'રસ્તા પર' that is why 'on' it preposition (because it comes before the noun) but 'પર' is post-position (because it follows the noun).
2. There are two forms of case (i) direct and (ii) oblique.

Masculine :	Direct :	છોકરો	છોકરાઓ
	Oblique :	છોકરાએ	છોકરાઓએ
Feminine:	Direct :	છોકરી	છોકરીઓ
	Oblique :	છોકરીઓ	છોકરીઓએ

3. 'એ' is attached to the subject of a Transitive Verb when it is used n the past tense.

[PART 2–STEPS 11 TO 20]

11TH STEP
અગિયારમી સીડી

PRONOUN
સર્વનામ

સર્વનામ (Pronoun) is a word used in place of noun. Actually it represents, a noun. In Gujarati, there are six kinds of pronoun:-

(1) પુરુષવાચક Personal : હું (I), તૂ (you), એ (he/she/it), તમે [you આદરસૂચક honorific]
(2) નિશ્ચયવાચક Definite : આ [this, એ [that].
(3) અનિશ્ચયવાચક Indefinite : કોઈ [somebody]
(4) પ્રશ્નવાચક Interrogative : કોણ [who], શું [what]
(5) સંબંધવાચક Relative : ક્યાં, કોણ [who, which]
(6) નિજવાચક Reflexive : સ્વયં [self] for all persons

Pronouns have no સંબોધન વિભક્તિ (Vocative case)

There are three પુરુષ in Gujarati :-

(i) First person - હું, અમે

(ii) Second person - તૂ, તમે

(iii) Third person - તે, તેઓ

સર્વનામ શબ્દોની રૂપાવલી Declension of Pronouns

હું *(i) First Person.*

(i) હું/મેં/આપણે
(ii) મને/આપણને
(iii) મારાથી/આપણાથી
(iv) મારા માટે/આપણા માટે
(v) મારાથી/આપણાથી
(vi) મારું/આપણું
(vii) મારામાં/મારા પર/આપણામાં/આપણાં પર

તૂ *(2) Second Person*

(i) તૂ/તેં/તમે/તમે
(ii) તને/તમને
(iii) તારાથી/તમારાથી
(iv) તારા માટે/તમારા માટે
(v) તારાથી/તમારાથી
(vi) તારા/તમારા
(vii) તારા પર/તારામાં તમારા પર/તમારામાં

એ (3) Third Person

(i) એ/એણે એ/એમણે	(v) એનાથી/એમનાથી
(ii) એને/એમને	(vi) એના/એમના
(iii) એનાથી/એમનાથી	(vii) એનામાં/એના પર
(iv) એના માટે/એમના માટે	એમનામાં/એમના પર

તમે આદરસૂચક (You-honoric) Second Person

એકવચન 1. તમે 2. તમને 3. તમારાથી 4. તમારા માટે 5. તમારાથી 6. તમારા 7. તમારામાં.

બહુવચન 1. તમે લોકો 2. તમને લોકો 3. તમારા લોકોથી 4. તમારા લોકો માટે 5. તમારા લોકોથી 6. તમારા 7. તમારા લોકોમાં

Let us use some pronouns into the sentences :

1. હું આ વાતમાં કશું નથી જાણતો.	I do not know anything about it.
2. અમે ત્યાં જવા નથી માંગતા.	We do not want to go there.
3. તે હવે શું કરશે?	What will he do now ?
4. આ બિલકુલ ઠીક છે.	It is quite right.
5. તમે પૂનામાં ક્યાં રહેશો?	Where will you stay at Pune?
6. હું પોતે ત્યાં ઉપસ્થિત હતો.	I myself was present there.
7. કોઈ આવવાનું છે.	Someone has to come.
8. આવું કોણ કહે છે ?	Who says it ?
9. હવે તમને શું જોઈએ?	What do you want now ?
10. કોઈ ફળ ખાઈ લો.	Take some fruit.

REMARKABLE ઉલ્લેખનીય

The pronouns તમે tame, તૂ (tu) have different honorific values.

તમે is used in addressing one's seniors. It is used with a third person plural verb whether the reference isx to one person or moe than one. It is used in addressing one's relations or close friend.

તૂ expresses the feeling or contempt and insignificance.

12TH STEP
બારમી સીડી

ADJECTIVE
વિશેષણ

વિશેષણ (Adjective) is a word used to qualify a noun or a pronoun. Adjectives in Gujarati has four kinds -

(1) ગુણવાચક Qualitative
(2) સંખ્યાવાચક Numeral
(3) પરિણામવાચક Quantitative
(4) સાર્વનામિક Pronominal or Demonstrative

Let us use adjectives into sentences -

(i) ગૌરવ સારો છોકરો છે. Gaurav is a good boy.
(ii) વેદ ચાર છે. There are four Vedas.
(iii) પાંચ લીટર દૂધ લાવો. Bring five letres of milk.
(iv) આ ચોપડી મારી છે. This book s mine.

'સારો છોકરો', 'વેદ ચાર', 'પાંચ લીટર દૂધ' and 'આ ચોપડી' in these phrases સારો ચાર, પાંચ and આ, and ગુણવાચક, સંખ્યાવાચક, પરિણામવાચક, and સાર્વનામિક વિશેષણ respectively.

Gujarati adjectives fall under two heads- (i) Inflected, and (ii) Uninflected.

(i) ઓ - ending adjectives are inflected. ઓ of singular masculine changes into આ for plural masculine. ઓ changes into ઈ for feminine singlar and plural. Examples :

Singular સુંદર બાળક સુંદર બાળક
Plural કાળી છોકરી કાળી છોકરીઓ

(ii) Adjectives which end in other vowels than .. are uninflected. They do not change. Exaples :

વિશેષણની તુલનાવસ્થા Conparison in Adjcectives

1. સોનિયા લાંબી છે.
2. આભા સોનિયા કરતાં લાંબી છે.
3. મીનાક્ષી સૌથી લાંબી છે.

43

We see in the above sentences, three charges of adjective લાંબી. Gujarati adjectives do not have any separate form to show the degrees of comparison. But some adjectives have different forms of Sanskrit degrees, such as.

Positive	*Comparative*	*Superlative*
ઉચ્ચ	ઉચ્ચ વધારે	ઉચ્ચતમ
નિમ્ન	નિમ્ન વધારે	નિમ્નતમ
સરલ	સરલ વધારે	સરલતમ
લઘુ	લઘુ વધારે	લઘુતમ
અધિક	અધિક વધારે	અધિકતમ
શ્રેષ્ઠ	શ્રેષ્ઠ વધારે	શ્રેષ્ઠતમ
પ્રિય	પ્રિય વધારે	પ્રિયતમ
નવીન	નવીન વધારે	નવીનતમ

Some adjectives are given in the following columns-

Qualiative	Numeral	Quantitative	Pronominal
નવું (New)	દસ (કિલો)	આ (પેન)	
		Ten (kilo)	This (Pen)
દૈનિક (Daily)	અડધું (Half)	બધું (all)	એ (ગાય)
		All (Money)	That (Cow)
સુંદર (Beautiful)	ચોથો (Forth)	થોડું (દૂધ)	એ (કુતરો)
		Some (Milk)	Which (Dog)
સ્વસ્થ (Healthy)	દુગુણું (Double)	બે (મીટર)	એ (પુસ્તક)
		Two (Metre)	That (Book)
કાળુ (Black)	એકલો (Alone)	વધારે (ઘી)	કયો (છોકરો)
		More (Ghree)	Which (Boy)
સારુ (Good)	થોડુ (Some	બધું(પાણી)	એ (ઘરમાં)
		Whole (Water)	in that (House)

વિશેષણોની રચના Formation of Adjectives [From Nouns]

(i) By adding – શાળી to Sanskrit Nouns-

શક્તિ	શક્તિશાળી	પ્રતિભા	પ્રતિભાશાળી
ભાગ્ય	ભાગ્યશાળી		

(ii) By adding – વાન or માન to Sanskrit Nouns -

ધન	ધનવાન	ગુણ	ગુણવાન
શ્રી	શ્રીમાન	બુદ્ધિ	બુદ્ધિમાન

(iii) B adding - ઈક to Sanskrit Nouns -

રાજનીતિ	રાજનૈતિક	નીતિ	નૈતિક
માસ	માસિક	ઉદ્યોગ	ઔદ્યોગિક
ઈતિહાસ	ઐતિહાસિક	ભૂગોળ	ભૌગોલિક
દિન	દૈનિક	સેના	સૈનિક

(iv) By adding – ઈત to Sanskrit Nouns -

સંબંધ	સંબંધિત	આનંદ	આનંદિત
સન્માન	સમ્માનિત	શિક્ષા	શિક્ષિત

(v) By adding - ઈય to Sanskrit Nouns -

પર્વત	પર્વતીય	રાષ્ટ્ર	રાષ્ટ્રીય
ભારત	ભારતીય	વિભાગ	વિભાગીય

(vi) By adding - ઈ to Sanskrit Nouns -

જંગલ	જંગલી	સુખ	સુખી
સન્યાસ	સંન્યાસી	દેશ	દેશી
પરદેશ	પરદેશી	લોભ	લોભી

(vii) By adding - ઈલા to Sanskrit Nouns -

ચમક	ચમકીલા
રોબ	રોબીલા

REMARKABLE ઉલ્લેખનીય

1. (i) Usually - જ is added to quantitative adjectives-to in tensify the meaning; as – ઘણું જ, a great deal, થોડું જ, a little.

   (ii) Sometimes - જ is added to denote the lesser degree of the quality, as – નાની જ બાલડી, a little doll, થોડી જ જગ્યા a small space.

   (iii) જેવું/જેવો/જેવી either denotes looking or similar -

   (a) looking

કાળા જેવો	black-looking
પીળા જેવો	pale-looking
પાતળા જેવી	thin-looking

   (b) Similar -

એક જેવું	similar તારા	જેવી	like you
'એના જેવું	like him	મારા જેવું	like me
	like her	આપણા જેવા	like us

13TH STEP
તેરમી સીડી

VERB
ક્રિયા

ક્રિયા (Verb) is a word which tells us something about a person, place of thing.

Verbs are generally of two kins - (i) Transitive and (ii) Intransitive.

(i) સકર્મક ક્રિયા Transitive Verb [A word which requires the object) as મીનાક્ષી કામ કરે છે. Here કરે છે is a transitive verb, because it requires the object કામ to complete its sense.

(ii) અકર્મક ક્રિયા Intransitive Verb [A word which has no object. It completes the sense itself) as પૂજા ચાલી રહી છે. Here ચાલી રહી છે is an intransitive verb, because it has no object.

Here are some tansitive verbs and Intransitive verbs. There shoud be noticed

(1) સકર્મક ક્રિયા Transitive Verbs

કરવું	to do	સાંભળવું	to hear
વાંચવું	to read	કહેવું	to say
લખવું	to write	રાખવું	to keep

(2) અકર્મક ક્રિયા Intransitive Verbs

ચાલવું	to walk	આવવું	to come
રહેવું	to line	જવું	to go
ઊઠવું	to rise	પડવું	to fall
હસવું	to laugh	પહોંચવું	to reach

Both the verbs, transitive and intransitive, has two basic parts.

(i) સામાન્ય ક્રિયા — The Infinitive

(ii) ધાતુ — The Root

(i) સામાન્ય ક્રિયા is the original form of a verb always ending is વું, as વાંચવું, રડવું, રાખવું, ચાલવું, etc.

(ii) ધાતુ is obtained by cutting off the 'વું' from the infinitive as વાંચ, રેડ, ચાલ જાગ etc.

Actually all the verbs take their forms from. the root. In

order words, the root is basic verb and the addition of 'વું' gives it is સામાન્ય રૂપ the infinitive form.

Let us learn some infinitive verbs (transitive and intransitive verbs) and practise their roots.

Transitive Verbs

Infinitives	Roots		Infinitives		Roots
ખરીદવું	to buy	ખરીદ	ખાવું	to eat	ખા
વેચવું	to sell	વેચ	પીવું	to drunk	પી
સમજવું	to under	સમજ	બોલવું	to speak	બોલ
ધોવું	to wash	ધો	પકડવું	to catch	પકડ
ગાવું	to sing	ગા	તોડવું	to break	તોડ

Intransitive Verbs

Infinitives	Roots		Infinitives		Roots
રોકવું	to stay	રોક	દેખાડવું	to appear	દેખાડ
ડરવું	to fear	ડર	હંસવું	to laugh	હંસ
રડવું	to weep	રડ	રમવું	to play	રમ
મરવું	to die	મર	લડવું	to quarrel	લડ

વિધિ રૂપ Imperative Mood

The imperative mood is used whe we command, advice or requiest a person to do a thing.

Look at the following sentences carefully -

(1)
નિબંધ લખો	Write an essay.
અહીંયા બેસ	Sit here.
ચા લાવ	Bring tea.
એને બોલાવ.	Call him.
પુસ્તક વાંચ	Read the book.

(2)
દૂધ લાવો.	Bring milk.
શાંત રહો.	Keepy quite.
ગીત ગાઓ.	Sing a song.
બારી ખોલો.	Open the window.
કામ કરો.	Do the work.

(3)
કૃપા કરી આવો.	Pleae come.
કૃપા કરી ઘરે રહો.	Stay at home please.
કૃપા કરી બહાર જાઓ.	Please go out.

Whtch the sentences of group (1), (2) and (3). You will find some difference among them. One thing is common in these sentences, i.e. the subject - તુ, તમે are omitted.

(i) તૂ is generally used to address servants. It is not used for addressing equals. Examples.

રામૂ (તૂ) બે કપ ચાહ લાવ.

Ramu, (thou) bring two cups of tea.

(ii) is used while we address friends, equals or younger. Examples:

ભાઈ, તમે આજે વિદ્યાલય કેમ નહીં ગયા ?

Brother, why did you not go to the school today ?

દેવેન્દ્ર, મારા ઘેર અવશ્ય આવજે.

Devendra, do come to my house.

(iii) તમે is used addressing superiors and persons whom we wish to respect. Examples :

મામાજી, આપ મારી સાથે આવો.	Uncle, come with me, please.
શ્રીમાન, કૃપા કરી મારી વાત સાંભળો.	Sir, you listen to me, please.

'નહીં' may be used to express the meaning of negative. It may be used before or after a verb. Examples:

હસો નહીં.	Don't laugh.
રોવો નહીં.	Don't weep.
અવાજ નહીં કરો.	Don't make a noise.
ત્યાં નહીં બેસો.	Don't sit here, please.

REMARKABLE ઉલ્લેખનીય

1. ધાતુ or Root of the verb is ascertained by rempoving 'વું' of the infinitive verb. i.e. root is ખા of infinitive verb ખાવું, પીવું of infinitive verb પીવું.
2. Imperative sentences in Gujarati, are formed in two ways - [a] in ordinary way, and [b] in honorific way.

[a] Again in oirdinary way, the imperative sentences are formed.

(i) by using the root ધાતુ of the verb ખા, ભણ, લખ etc., and

(ii) by adding ઓ vowel or its sign to the root of the verb, as ખાઓ, ભણો, લખો etc.

[b] Honorific imperatives are formed by adding ઓ to the root of the verb, as - ખાઓ, લખો.

Learn Gujarati in 30 Days Through English

14TH STEP
ચૌદમી સીડી

TENSE (1)
કાળ (૧)

કાળ (Tense) of a verb shows the time of an action. There are three main tenses in Gujarati.

(i) વર્તમાન કાળ Present Tence
(ii) ભવિષ્ય કાળ Future Tense
(iii) ભૂત કાળ Past Tense

We shall study all the three tenses respectively.

વર્તમાન કાળ Present Tense

The Present tense may be divided into three kinds :

(1) સામાન્ય વર્તમાન Presnet Indefinite
(2) તાત્કાલિક વર્તમાન Present Continuous
(3) સંભાવ્ય વર્તમાન Indefinite

Here is the conjugation of છે (be) is the presente tense.

Ist Person:	હું છું.	I am	હું છું.
IInd Person:	તૂ છે.	You are	તૂ છે.
IIIrd Person:	એ છે.	He/She is	એ લોકો છે.
	એ લોકો છે.	They are	

છે/છું/છો is a helping verb. It helps the main verb.
The following is the conjugation of main verb વાંચ (read) in the present indefinite.

Ist Person :	હું વાંચું છું.	I read
	અમે વાંચીએ છીએ.	We read
IInd Person :	તૂ વાંચે છે.	You read
IIIrd Person:	એ વાંચે છે.	He/She reads
	એ લોકો વાંચે છે.	They read.

Other verbs are also conjugated in the same way.

When we wish to form a negative sentence in present indefinite, we put નથી before the main verb, and omit છું/છે/છો. Examples :

અમે નથી વાંચતા We do not read

| તૂ નથી વાંચતો | You do not read |
| તેઓ નથી વાંચતા | They do not read |

2. *તાત્કાલિક વર્તમાન* **Present Continuous –**

[રહી, રહ્યાં are added to the root following the form છે accordingly)

Ist Person :	હું ખાઈ રહી છું.	I am eating.
	અમે ખાઈ રહ્યાં છીએ.	We are eating.
IInd Person :	તૂ ખાઈ રહી છે.	You are eating.
	તમે ખાઈ રહ્યાં છો.	You are eating.
IIIrd Person :	અ ખાઈ રહી છે.	He/She is eating.
	એ લોકો ખાઈ રહ્યા છે.	They are eating.

In teminine gender રહ્યા and રહ્યો are changed into રહી.

3. *સંભાવ્ય વર્તમાન* **Doubtful Present –**

[તા, તો, તી are added to the root following the form હોઈશું, હશે, etc. in masculine and feminine].

	Masculine	*English*	*Feminine*
Ist Person–			
Singular:	હું જતો હોઈશ.	I may be going.	હું જતી હોઈશ.
Plural:	અમે જતા હોઈશું	We may be going?	અમે જતા હોઈશું.
IInd Person–			
Singular:	તૂ જતો હશે.	You may be going	તમે જતી હશે.
Plural:	તમે જતા હશો.	You may be going	તમે જતા હશે.
IIIrd Person–			
Singular:	એ જતો હશે.	He/She may going	એ જતી હશે.
Plural:	એ જતા હશે.	They may be going	એ લોકો જતા હશે.

ભવિષ્ય કાળ **Future Tense**

The future tense may be classified into two kids:

(1) સામાન્ય ભવિષ્ય   Future Indenfinite

(2) સંભાવ્ય ભવિષ્ય Doubtful Future

1. સામાન્ય ભવિષ્ય Future Indenfinite

ઈશ, ઈશો, ઈશું, રો are added to the root of the verb in masculines and feminines.]

Here is the congugation of 'જો' in the Future Indefinite:

Ist –	હું જોઈશ.	I shall see
	આપણે જોઈશું.	We shall see
IInd –	તૂ જોઈશ.	You will see
	તમે જોશા.	You will see
IIrd –	એ જોશે.	He/She will see
	એ લોકો જોશે.	They will see

2. સંભાવ્ય ભવિષ્ય Contingent Future

[This tense is formed by adding - ઉં, ઈએ, એ, ઓ to the root according person and number.]

Following is the congugation of 'રમ' in the Contingent Future–

Ist -	હું રમું.	I may play.
	અમે રમીએ.	We may play.
IIrd -	તૂ રમ.	You may play.
	તમે રમો.	You may play.
IIIrd -	એ રમે.	He may play.
	એ લોકો રમે.	They may play.

Contingent Future expresses ભવિષ્યમાં સંભાવના (possibility in Future), ઈચ્છા (willingness), સલાહ (suggestion), ઉદ્દેશ્ય (purpose), શર્ત (condition) etc. Examples:

(i) ભવિષ્યમાં સંભાવના - હોય ના હોય
ક્યાં એ આવી ન જાય. — Let he may come.

(ii) ભવિષ્યમાં ઈચ્છા
અનુને કહો કે ચોપડીઓ લાવે. — Ask Anu to bring the books.

(iii) ભવિષ્યમાં સુઝાવ
આવું કેમ ના કરીએ ? — Why not do this ?

(iv) ભવિષ્યમાં ઉદ્દેશ્ય
તૂ એક વૈજ્ઞાનિક બને. — You become a scientist.

(v) ભવિષ્યમાં શર્ત
જો એ આવે તો તમે પણ
આવી જજો. — If he comes, you do come.

REMARKABLE ઉલ્લેખનીય

1. મેં આને હમણાં સમાપ્ત કર્યું છે. I have just finished it.

In Gujarati, the above sentence is in present perfect. But in Gujarati it is not in present tense. It is called the આસન્ન ભૂત (which can be found 15th step).

'I have just finished it' can be expressed in two ways in Gujarati–

(i) મેં આને હમણાં સમાપ્ત કર્યું છે.

(ii) હું આને હમણાં જ સમાપ્ત કરી ચૂક્યો છું.

As you know, આસન્ન ભૂત is formed by adding છે, to the Indefinite Past, With તૂ and હું, છે and છું. are added respectively.

15TH STEP
પંદરમી સીડી

TENSE (2)
કાળ (૨)

ભૂતકાળ Past Tense
There are six kinds of Past Tense in Gujarati :
(1) સામાન્ય ભૂતકાળ   Past Indefinite Tense
(2) આસન્ન ભૂતકાળ   Present Perfect Tense
(3) પૂર્ણ ભૂતકાળ   Past Perfect Tense
(4) સંદિગ્ધ ભૂતકાળ   Past Doubtfull Tense
(5) તાત્કાલિક ભૂતકાળ   Past Continuous Tense
(6) હેતુહેતુમદ્ ભૂતકાળ   Past Conditional Tense

(1) સામાન્ય ભૂતકાળ Past Indefinite
The past without any defninte time or its condition.
The term is formed by adding ઉ, ઓ, ઈ to the root.

(સકર્મક ક્રિયા 'કરવું' Transitive Verb 'to do')

Ist Person -	Singular	મેં કર્યું.	I did
	Plural	અમે કર્યું.	We did
IInd Person -	Singular	તેં કર્યું.	You did
	Plural	તમે કર્યું.	You did
IIIrd Person -	Singular	એણે કર્યું.	He/She did
	Plural	એમણે કર્યું.	They did

(અકર્મક ક્રિયા 'હસવું' Transitive Verb 'to laugh')

Ist Person -	Singular	હું હસ્યો/હસી	I laughed
	Plural	અમે હસ્યા	We laughed
IInd Person -	Singular	તૂ હસ્યો/હસી	You laughed
	Plural	તમે હસ્યા	You laughed
IIIrd Person -	Singular	એ હસ્યો/હસી	He/She laughed
	Plural	એ લોકો હસ્યા	They laughed

(2) આસન્ન ભૂત Present Perfect
The tense which shows an action just finished -
Exaples -   મેં કર્યું છે.   I have done.
          હું હસ્યો છું.   I have laughed.

53

(સકર્મક ક્રિયા 'કરવું' Transitive Verb 'to do')

Singular: મેં/તેં/એણે કર્યું છે.

Plural: અમે/ તમે/એમણે કર્યું છે.

(અકર્મક ક્રિયા 'હસવું' Transitive Verb 'to laugh')

Ist Person -	Singular	હું હસ્યો છું./હું હસી છું.
	Plural	અમે હસ્યા છીએ.
IInd Person -	Singular	તૂ હસ્યો છે./તૂ હસી છે.
	Plural	તમે હસ્યા છો.
IIIrd Person -	Singular	એ હસ્યો છે./એ હસી છે.
	Plural	એ લોકો હસ્યા છે.

(3) પૂર્ણ ભૂત Past Perfect

The tense which shows the action finished ong ago.

Examples - I had done. મેં કરેલું.

I had laughed હું હસેલો.

સકર્મક ક્રિયા 'કરવું' (intransitive verb 'to laugh')

Singular - મેં/તે/એણે કરેલું.

Plural - અમે/તમે/એમણે કરેલું.

અકર્મક ક્રિયા 'હસવું' (intransitive verb 'to laugh')

Singular - હું/તૂ/એ હસેલો, હસેલી.

Pular - અમે/તમે/એ લોકો હસેલા.

(4) સંદિગ્ધ ભૂત Past Doubtful

An action which might have taken place in the past.

Example: મેં કર્યું હશે. I might have done.

હું હસ્યો હોઈશ I might have laughed.

સકર્મક ક્રિયા 'કરવું' (intransitive verb 'to do')

Singular - મેં/તે/એણે કર્યું હશે.

Plural - અમે/તમે/એમણે કર્યું હશે.

અકર્મક ક્રિયા 'હસવું' (intransitive verb 'to isaugh')

Ist Person -	Singular	હું હસ્યો હોઈશ/હસી હોઈશ
	Plural	અમે હસ્યા હોઈશું
IInd Person -	Singular	તૂ હસ્યો હોઈશ./હસી હોઈશ.
	Plural	તમે હસ્યા હશો.
IIIrd Person -	Singular	એ હસ્યો હશે./હસી હશે.
	Plural	એ હસ્યા હશે.

5. અપૂર્ણ ભૂત Past Continuous

The tense which indicates an action going on in the past

Examples -	હું કરી રહેલો.	I was doing.
	હું કરતો હતો.	I was doing.
	હું હસી રહેલો.	I was laughing.
	હું હસતો હતો.	I was laughing

સકર્મક ક્રિયા 'કરવું' (intransitive verb 'to do')

Singular:	હું/તૂ/એ	કરી રહેલો/કરતો હતો	કરી રહેલી/કરતી હતી
Plural:	આપણે/તમે/ એ લોકો	કરી રહેલો/કરતા હતા	કરી રહેલી/કરતી હતી

અકર્મક ક્રિયા 'હસવું' (intransitive verb 'to laugh')

Singular:	હું/તૂ/એ	હસી રહેલો/હસતો હતો	હસી રહેલી/હસતી હતી
Plural:	આપણે/તમે એ લોકો	હસી રહેલો/હસતા હતા	હસી રહેલી/હસતી હતી

6. હેતુ હેતુ મદ્ ભૂત Past Conditional

An action which would have been carried out if a certain condition had been fulfilled in the past.

Examples :

(જો) હું કરતો.	(If) I had done.
(જો) હું હસતો.	(If) I had laughed.

સકર્મક ક્રિયા 'કરવું' (intransitive verb 'to do')

		Masculine	Feminine
Singular:	(જો) હું/તૂ/એ	કરતો	કરતી
Plural:	(જો) આપણે/તમે/ એ લોકો	કરતા	કરતા

અકર્મક ક્રિયા 'હસવું' (intransitive verb 'to laugh')

Singular:	(જો) હું/તૂ/એ	હસતો	હસતી
Plural:	(જો) આપણે/તમે/ એ લોકો	હસતા	હસતા

Thus we can conjugate rest of the verbs in all the tenses.

REMARKABLE ઉલ્લેખનીય

The Past Imperfect tense indicates two types of actions"
(i) The action which was going on the past; as Rakhi was doing it. રાખી આ કરી રહી હતી.
(ii) The action whgich was repeated in the past; as-Rakhi was doing it. રાખી આ કર્યા કરતી હતી.
English sentences like 'A king was living in the thick forest', are better translated into Gujarati by the Past Continuous tense.
'A king was living in the thick forest' એક રાજા ઘનઘોર જંગલમાં રહેતો હતો (અર્થાત્ રહ્યા કરતો હતો).

16TH STEP
સોળમી સીડી

VOICE
વાચ્ય

As we know that there are two kinds of voice in English. But Gujarati has three kinds of it, namely:

(i) કર્તૃ વાચ્ય Active voice

(ii) કર્મ વાચ્ય Passive voice

(iii) ભાવ વાચ્ય Impersonal voice

The function of the voice is to show whether in a particular sentence the subject or the object of a verb is prominent.

In the Active voice, the importance is given to the subject. For example :

હું પત્ર લખું છું. I write a letter.

In this sentence હું (subject) is important hence the stress on it. But if object is to be given prominence, the verb gets an additional 'રહ્યો' in the past tense and the subject the case-ending, થી (by). Then it becomes Passive voice.

મારાથી પત્ર લખાઈ રહ્યો છે. The letter is written by me.

In the Impersonal voice, the verb used is to be transitive and remains in the third person irrespective of the number and the gender of the object or subject. In the third person ts number is always singular and gender masculine.

હું વાંચી નથી શકતો. I cannot read.
(active voice)

મારાથી વાંચી નથી શક્યું. I cannot read.
(Impersonal voice)

Here 'વાંચી' the verb holds the main position. Hence the sentence denotes ભાવવાચ્ય.

વાચય પરિવર્તન Change of voice

When we chanve a sentence from the Active voice to the Passive voice, the object of the Active voice becomes

57

the subject of the Passive voice and vice versa.

The Passive voice is formed by adding related tense forms of જવું to the past tense and થી or દ્વારા with the subject.

Examples :

Active	: મેં ફૂલ તોડ્યું.	I pluck the flower
Passive	: ફૂલ મારાથી તોડાય ગયું.	The flower was plucked by me.
Active	: એ ગીત ગાય છે.	She sings a song.
Passive	: એના દ્વારા ગીત ગવાયું.	A song is sung by her.
Active	: એ ગીત ગાય છે.	She sings a song.
Passive	: એનાથી ગીત ગવાયું.	A song is sung by her.
Active	: રામે રાવણને માર્યો.	Rama killed Ravana.
Passive	: રાવણ રામ દ્વારા માર્યો ગયો.	Ravana was killed by Rama.
Active	: શાહજહાંએ તાજમહેલ બનાવડાવ્યો.	Shahjahan got Tajmahal built.
Passive	: તાજમહેલ શાહજહાં દ્વારા બનાવડાવ્યો ગયો.	Tajmahal was built by Shahjahan.

The impersonel voice is formed by only intransitive verbs.Example:

Active	: ઘોડો ચાલી નથી શકતો.	The horse cannot walk.
Impersonel	: ઘોડાથી ચાલી નથી શકાતું.	The horse cannot walk

In English version of the Impersonel voice is the same as Active voice, because in English, there is no impersonel voice.

REMARKABLE ઉલ્લેખનીય

ભાવ વાચ્ય or Impersonal voice is found rare. it is mostly used negatively to express inability. Here the main verb does not change in an way and remains singular, masculine, past participle position (વાંચ્યું, લખયું, ચાલ્યું etc.) એનાથી ચાલી નથી શકાતું. There sentences cannot be translated into English in the same tone, because, sentences containing an intransitive verb do not admit of a passive voice in English. The meaning of the above sentence is 'I am unable to walk. I cannot live. The patient cannot sleep.'

17TH STEP
સત્તરમી સીડી

THE KINDS OF SECONDARY VERB
યૌગિક ક્રિયાઓના પ્રકાર

1. Casual Verb પ્રેરણાર્થક ક્રિયા

પ્રેરણાર્થક ક્રિયા (Casual verb) shows an effect to cause others to do. Example :

(i) આ પત્ર મીનાક્ષીથી લખાવો.

Get this letter written by Minakshi.

(ii) મેં ધોબીથી કપડાં ઇસ્રી કરાવ્યા છે.

I got the cloth pressed by the washerman.

These are casual verbs લખાવો, કરાવ્યા (forms of લખવું અને કરાવવું in the above sentences.

Most of the verbs in Gujarati have two Casual verbs. The first one shows the immediate causation and the second one remoteness. Examples: વાંચવું (to read), વંચાવવું (to make read), વંચાવ્યું (to cause to read).

There are certain rules in forming the Causal verb. Those may be watched and learnt and understand.

(a) No change occurs in roots. Examples:

Root	Infinitive (વું)	Ist Causative (વવું)	2nd Causative (વવું)
કર	કરવું	કરાવવું	કરાવવું
વાંચ	વાંચવું	વંચાવવું	વંચાવવું
સાંભળ	સાંભળવું	સંભળાવવું	સંભળાવવું
લખ	લખવું	લખાવવું	લખાવવું
ઉઠ	ઉઠવું	ઉઠાવવું	ઉઠાવવું
ખા	ખાવું	ખવડાવવું	ખવડાવવું
આપ	આપવું	અપાવવું	અપાવવું
રડ	રડવું	રડાવવું	રડાવવું

It is worth remembering that some verbs do not form causals. That are as follows-

આવવું　　　　જવું　　　　હોવું　　　　પડવું

2. સહાયક ક્રિયાપદ (Auxiliary verb)

સહાયક ક્રિયાપદ (Auxiliary verb) helps to form a tense or mood of some principal verb. While conjugating, changes occurs in auxiliary verb and the principal verb remain unchanged.

(a) શકવું (to express ability o permission) :

(i) આપણે આને પોતાની મેળે ઉકેલી શકીએ છીએ
We can solve it ourselves. (Ability)

(ii) હું હિન્દી વાંચી અને લખી શકું છું.
I can read and write Gujarati. (Ability)

(iii) શું, હું અંદર આવી શકુ છું, શ્રીમાન?
May I come in, Sir ? (Permission)

(iv) હવે તમે જઈ શકો છો.
Now you can go. (Permission)

(b) ચૂકવું [to express completion of an action]:

(i) આપણે બધા ખાવાનું ખાઇ ચૂક્યા છીએ.
All of us have taken our meal.

(ii) નેતાજી પહેલાં જ આવી ચૂકેલા.
Netaji had already come.

(c) જોઈએ [to denote duty, determination or moral obligation]-In the sense of જોઈએ 'should', 'must' or 'outght to' are used in Engish:

(i) પ્રત્યેકે પોતાનું કર્તવ્ય નિભાવવું જોઈએ.
One must keep one's duty.

(ii) તમારે ભગવદ્‌ગીતા વાંચવી જોઈએ.
You should read the Bhagwat Gita.

(iii) તમારે વડીલોનું સન્માન કરવું જોઈતું હતું.
You ought to have respected your elders.

(d) પડ [to express the sense of helplessness and neessity]

(i) અમારે મદ્રાસ જવું પડ્યું.
One must keep one's duty.

(ii) એને રોજ અહીંયા આવવું પડે છે.
You should read the Bhagwat Gita.

(iii) તમારે વડીલોનું સન્માન કરવું જોઈતું હતું.
You ought to have respected your elders.

3. સંયુક્ત ક્રિયા Compound Verb.

સંયુક્ત ક્રિયા (Compound verb) is the combination of two basic rrots to intensify the meaning.

In Compound verb, one root is principal while the other is secondary one. The root of the principal verb does not change while the subordinate root is conjugated in the usual way.

The subordinate verb does not give its full meaning, but modifies the meaning of principal verb.

Here are some verbs which are used as the secondary verbs of the compound verbs.

The verbs are - રાખવું, લેવું, આપવું, જવું, નાંખવું, રહેવું, શેકવું, બેસવું, ઉઠવું, દોડવું, જોવું etc.

(a) રહેવું denotes the sense of continuation of an incomplete action; as–

રમતી રહે છે. હસતો રહે છે. લડતા રહે છે.

વાક્ય–અમે ચાલતા રહીએ છીએ. We keep walking.

(b) ઉઠવું expresses suddenness of action; as–

જાગી ઉઠી. રોઈ ઉઠી. બૂમો પાડી ઉઠ્યા.

વાક્ય–એ બહુ જ ચિંતિત થઈ ઉઠ્યો. He become very worried.

(c) જવું expresses completeness (of principal verb); as–

બેસી જાય છે. સૂઈ જાય છે. ડૂબી ગયો.

વાક્ય–એ ટેબલ પર ઉભો થઈ ગયો. He stood up on the table.

(d) બેસવું shows an element of unaware action; as–

ઝગડી બેઠી છે. કરી બેઠી છે.

વાક્ય– હું મારી પેન ગુમ કરી બેઠો છું. I had lost my pen.

(e)

કરી (નહીં) શક્યો. આપી (નહીં) શક્યો. બેસી (નહીં) શક્યા.

વાક્ય–હું સૂઈ નહીં શક્યો. I could not sleep.

61

REMARKABLE ઉલ્લેખનીય

'જોઈએ છે' is used in the meaning of 'is wanted' or 'ought to be'. It can be combined with a noun n first sense, and with an infinite in the second sense. As -

(A)	અમને મિઠાઈ જોઈએ છે.	We want sweets. (literally speaking, sweets are wanted by us).
	અમને મિઠાઈઓ જોઈએ છે.	We want sweets.
	એને શું જોઈએ છે ?	What does she want ? (literally speaking, what is wanted by her)
	એને પેન્સિલ જોઈએ છે.	She wants pencils. (literally speakng pencils are wanted by her.)
(B)	તમારે સૂવું જોઈએ.	You ought to sleep. (infinie noun.)
	આપણે રોજ ફરવું જોઈએ.	We ought to walk daily.

N.B. The plural form of જોઈએ is also જોઈએ.

18TH STEP
અઢારમી સીડી

INDECLINABLE
અવ્યય અથવા અવિકારી

The words which remain always unchangeable are called અવ્યય or અવિકારી શબ્દ (indeclinable), as- આજ (Today), કાલ (tomorrow), જલ્દી (quickly) અહીંયા (here), ત્યાં (there) etc.

There are four types of indeclinable words–

1. ક્રિયાવિશેષણ	Adverb
2. સંબંધબોધક	Post-position
3. સમુચ્ચયબોધક	Conjunction
4. વિસ્મયાદિબોધક	Exclamation

Now we shall discuss them briefly.

1. ક્રિયાવિશેષણ- Adverb (A word which mostly qualifies a verb):

(i) અમિત નહીં આવે.	Amit will not come.
(ii) તારી પાસે કેટલો સમય છે?	How much time have you?
(iii) એ કેવી રીતે લખે છે?	How does he write ?
(iv) ક્યાં જાઓ છો?	Where are you going ?
(v) હવે ગાવાનું શરૂ કરો.	Now start singing.

In the above sentences નહીં, કેટલો, કેવી રીતે, ક્યાં, હવે are adverbs, because each of them qualifies its verb. Al these are અવ્યય.

સ્થાનસૂચક – ક્યાં, અહીંયા, ત્યાં, જ્યાં.

રીતિસૂચક – ધીમે-ધીમે, કેવી રીતે

નિષેધસૂચક – ના, નહીં.

કાળસૂચક – અત્યારે, જ્યારે, ત્યારે, ક્યારે, તુરંત

પરિમાણસૂચક – એટલું, આટલું, જેટલું, કેટલું.

2. સંબંધબોધક-Post-position (A word which shows relation of noun, pronoun, etc., with other words of the sentence):

(i) ટેબલ પર પુસ્તક પડ્યું છે.	The book is one the table.
(ii) વિકાસ પાછળ રહી ગયો.	Vikas has trailed behind.

(iii) તમારા જેવું બહાદુર કોઈ નથી.   There is no one brave like you.
(iv) તમે મારા વિરુદ્ધ જઈ રહ્યા છો.   You are going against me.
(v) આ ફક્ત તમારા માટે છે.   It is only for you.

In the above sentences પર, પાછળ, જેવું, વિરુદ્ધ, અને માટે are post-positions.

The following are post-position:

સ્થાનસૂચક – (ની) અંદર, પર, માં, (થી) દૂર, ઉપર (ની) આગળ, પાછળ

કાળસૂચક – પછી, ઉપરાંત, પેલા

સમતાસૂચક – સમાન, બરાબર, જેવું, ભાંતિ

વિરોધસૂચક – પ્રતિકૂળ, વિરુદ્ધ

કારણબોધક – (ના) માટે, કારણ, હેતુ

અન્ય- તરફ, પ્રતિ (દિશાબોધક) દૂર (પૃથકતાસૂચક) દ્વારા (સાધનસૂચક)

It must be noticed that સંબંધબોધક are called post-position (atgainst English Prepositon) because they come after the words qualified by them.

3. *સમુચ્ચયબોધક* Conjunction (A word which is used to join sentences words or clauses) :

(i) ડબલરોટી અને માખણ પર્યાપ્ત આહાર છે.

Bread and butter is a suficient food.

(ii) મને તાવ આવ્યો છે એટલે હું ઉપસ્થિત નહીં થઈ શકું.

I am sufferng from fever so I cannot attend.

(iii) તમે અહીંયા આવશો કે નહીં ?

Will you come here or not ?

In the above sentences, અને and એટલે કે are conjunctions, which join espectivelivery words and sentences.

The following are conjunctions-

(i) અને, એવમ્, તથા

(ii) અથવા, નહીં તો

(iii) એટલે, કારણ કે

(iv) જો-તો, તો ભી

(v) અર્થાત્, જેમ કે

(vi) પરંતુ, કિન્તુ

(vii) જેથી

4. *વિસ્મયાદિબોધક* Exclamation (A word which expresses and exclamatory feeling or emotion of the speaker).

(i) વાહ, વાહ, મેં પ્રથમ પુરસ્કાર જીત્યો.

64

Hurrah! I won the first prize.

(ii) આહા ! આ બગીચો કેટલો સુંદર છે.

Oh! What a beautiful garden it is.

(iii) અરે, એ મરી ગયો.

Ah, he expired.

(iv) હાય ! હું હવે શું કરું ?

Alas, what sha;l I do now ?

In the above sentences, વાહ-વાહ, આહા, અરે, હાય are the words which express the feelings of joy, surprise and sorrow. All these are exclamations.

List of exclamation -

વિસ્મય – અરે! ઓહ!

ઉત્સાહ – ધન્ય! શાબાશ!

આનંદ – વાહ વાહ,! અહા!

દુઃખ – હાય! અરે! ઓહ!

સંબોધન – અરે! અરે રે!

ઘૃણા – છિ:! ધત્ તારી!

વિવશતા – ઓહો! કાશ!

REMARKABLE ઉલ્લેખનીય

(A)	(B)
(i) ખરાબ ના કહો	ખરાબ ન કહો
(ii) ખરાબ ના સાંભળો	ખરાબ ન સાંભળો
(iii) ખરાબ ના જુઓ	ખરાબ ન જુઓ

In the above sentences, there is some difference. In the first column નહીં is in negative sense, but in the second, ના is substituted.

Roughly speaking, sentences of column A & B have the similar meanings. But actually it is not correct.

નહીં is used when we want to give much force or stress to our order in the imperative mood. Remember, in case of putting ના instead, the stress lessened in some extent.

19TH STEP
ઓગણીસમી સીડી

CARDINAL NUMBERS
ગણતરી (GANATARI)

1. એક	26. છવ્વીસ	51. એકાવન	76. છોંત્તેર
2. બે	27. સત્યાવીસ	52. બાવન	77. સિત્યોત્તેર
3. ત્રણ	28. અઠ્યાવીસ	53. ત્રેપન	78. ઈઠ્યોત્તેર
4. ચાર	29. ઓગણત્રીસ	54. ચોપન	79. ઓગણએંશી
5. પાંચ	30. ત્રીસ	55. પંચાવન	80. એંશી
6. છ	31. એકત્રીસ	56. છપ્પન	81. એક્યાશી
7. સાત	32. બત્રીસ	57. સત્તાવન	82. બ્યાંશી
8. આઠ	33. તેંત્રીસ	58. અઠ્ઠાવન	83. ત્રાંશી
9. નવ	34. ચોંત્રીસ	59. ઓગણસાઠ	84. ચોર્યાશી
10. દસ	35. પાંત્રીસ	60. સાઠ	85. પંચ્યાશી
11. અગિયાર	36. છત્રીસ	61. એકસઠ	86. છ્યાંશી
12. બાર	37. સાડત્રીસ	62. બાસઠ	87. સત્યાશી
13. તેર	38. આડત્રીસ	63. ત્રેસઠ	88. અઠ્યાશી
14. ચૌદ	39. ઓગણચાળીસ	64. ચૌસઠ	89. નેવ્યાશી
15. પંદર	40. ચાલીસ	65. પાંસઠ	90. નેવુ
16. સોળ	41. એકતાલીસ	66. છાંસઠ	91. એકાણું
17. સત્તર	42. બેંતાલીસ	67. સડસઠ	92. બાણું
18. અઢાર	43. તેંતાલીસ	68. અડસઠ	93. ત્રાણું
19. ઓગણીસ	44. ચુમ્બાલીસ	69. ઓગણસિત્તેર	94. ચોરાણું
20. વીસ	45. પિસ્તાલીસ	70. સિત્તેર	95. પંચાણું
21. એકવીસ	46. છેત્તાલીસ	71. એકોત્તેર	96. છણ્ણું
22. બાવીસ	47. સુડતાલીસ	72. બોંત્તેર	97. સત્તાણું
23. ત્રેવીસ	48. અડતાલીસ	73. તોંત્તેર	98. અઠ્ઠાણું
24. ચોવીસ	49. ઓગણપચાસ	74. ચુત્તેર	99. નવ્વાણું
25. પચ્ચીસ	50. પચાસ	75. પંચોત્તેર	100. સો

1,000 હજાર

1,00,000 લાખ

1,00,00,000 કરોડ

Ordinals ક્રમાંક (Kramank)

1st	પહેલો	6th	છઠ્ઠો
2nd	બીજો	7th	સાતમો
3rd	ત્રીજો	8th	આઠમો
4th	ચોથો	9th	નવમો
5th	પાંચમો	10th	દસમો

Multiplicative numbers ગુણાંક (Gunanank)

Twofold	બમણું	Sevenfold	સાત ગણું
Threefold	ત્રણ ગણું	Eightfold	આઠ ગણું
Fourfold	ચાર ગણું	Ninefold	નવ ગણું
Fivefold	પાંચ ગણું	Tenfold	દસ ગણું
Sixfold	છ ગણું		

Frequentative numberals આવૃત્તિપર અંક (Avruttiprarakh Ank)

Once	એક વાર	Four time	ચાર વાર
Twice	બે વાર	Five time	પાંચ વાર
Thrice	ત્રણ વાર		

Aggregative numerals પૂર્ણયોગાંક (Purnayogank)

Both	બન્ને	All twenty	વીસે
All three	ત્રણે	Score of	
All four	ચારેય	Hundreds of	સેંકડો
All ten	દસે-દસ	Thousands of	હજારો

REMARKABLE ઉલ્લેખનીય

1. In similar ending pronunciation ઓગણીસ (19) in nearer to વીસ (20) ઓગણત્રીસ (29), to ત્રીસ (30), ઓગણચાલીસ (39) to ચાલીસ (40) ઓગણપચાસ (49) to પચાસ (50) and so on.
2. હજારો અને સહસ્ર (Thousand) are usually used as nouns are prefixed by et.

20TH STEP
વીસમી સીડી

ERRORS IN SPELLINGS
જોડણીની ભૂલો

There are some examples of incorrect and correct forms of words, which are mostly mistaken by common men. Try to follow the correct forms of words.

Incorrect	*Correct*	*Incorrect*	*Correct*
અવશ્યક	આવશ્યક	દુ:ખ	દુ:ખ
અત્યાધિક	અત્યધિક	હિન્દુ	હિન્દૂ
ઓદ્યોગિકરણ	ઉદ્યોગિકરણ	પૃથગ	પૃથક
ઉજવલ	ઉજ્જવળ	કૃપ્યા	કૃપયા
ઉપરોક્ત	ઉપર્યુક્ત	રાત્રી	રાત્રિ
આર્શીવાદ	આશીર્વાદ	બહુ	બહૂ
ઉપલક્ષ	ઉપલક્ષ્ય	શુરુ	શરૂ
એતિહાસિક	ઐતિહાસિક	ગુરૂ	ગુરુ
કવિયિત્રી	કવયિત્રી	પુજ્ય	પૂજ્ય
ચિન્હ	ચિન્હ્	પૈસા	પૈસ
સન્યાસી	સંન્યાસી	લઘૂ	લઘુ
પ્રતિછાયા	પ્રિતિચ્છાયા	ઘન્ટી	ઘંટી
પ્રીક્ષી	પરીક્ષા	સતત્	સતત
ચર્મ	ચરમ	પુન્ય	પુણ્ય
કુરુપ	કુરૂપ	પ્રભૂ	પ્રભુ
સહસ્ત્ર	સહસ્ત્ર	સ્ત્રિ	સ્ત્રી
સ્વાસ્થ	સ્વાસ્થ્ય	પ્રતી	પ્રતિ
હસ	હસ	ક્યા	ક્યાં

વાયૂ	વાયુ	હૂં	હું
પ્રન્તુ	પરન્તુ	જૈ	જય
અતઃએવ	અતઅવ	રતન	રત્ન
પૂજયનીય	પૂજનીય	પ્રન	પ્રણ
કઠનાઈ	કઠિનાઈ	દષ્ય	દશ્ય
જાગ્રત	જાગૃત	પત્નિ	પત્ની
પશ્ચાતાપ	પશ્ચાત્તાપ	સ્વામિ	સ્વામી
દુરદશા	દુર્દશા	રીતી	રીતિ
શ્રંગાર	શ્રૃંગાર	તિથી	તિથિ
સૌન્દર્યતા	સૌન્દર્ય	કૃયા	ક્રિયા
સમુન્દર	સમુદ્ર	હન્સ	હંસ
પરિવારિક	પારિવારિક	અંખ	આંખ
બિમાર	બીમાર	કુપૂત	કપૂત
કૃપાલૂ	કૃપાલુ	પૃષ્ટ	પૃષ્ઠ
અમ્રિત	અમૃત	સપુત્ર	સુપુત્ર
ક્રિષક	કૃષક	શરધા	શ્રદ્ધા
પ્રાધીન	પરાધીન	ગ્યાન	જ્ઞાન
પુર્નજન્મ	પુનર્જન્મ	ટોપિ	ટોપી
સન્મુખ	સમ્મુખ	બૂડો	બૂઢો
લોકિક	લૌકિક	પુષ્ટ	પુષ્ટ
આધીન	અધીન	સન્શય	સંશય
સ્થાયિ	સ્થાયી	હિન્સા	હિંસા
પન્ડિત	પંડિત	શભ	શુભ
નિર્દોષી	નિર્દોષ	કૂતાર	કૂતરો
શાંતમય	શાંતિમય	લોભિ	લોભી
વિશવાસ	વિશ્વાસ	નિર્દયી	નિર્દય
ઉપયોગતા	ઉપયોગિતા	લામ્બો	લાંબો
ઠકરાણિ	ઠકરાણી	ટૂન્કો	ટૂંકો
નિરપરાધી	નિરપાધ	કૃતગ્ય	કૃતજ્ઞ

અભિનેત્રિ	અભિનેત્રી	રસાઇ	રસોઇ
સ્થાયીત્વ	સ્થાયિત્વ	લૂહાર	લુહાર
ઔઢવું	ઓઢવું	નીતી	નીતિ
દ્વિતિય	દ્વિતીય	પડવૂં	પડવું
સતર	સત્તર	ક્રિયા	કૃપા
નવમ્	નવમ	ઐક	એક
સડેલૂ	સડેલું	રૂમાલ	રુમાલ
ભારતિય	ભારતીય	સોતૈલો	સૌતેલો
ત્રીભૂવન	ત્રિભુવન	ઋશિ	ઋષિ
પાડીત્ય	પાંડિત્ય	સપુત્ર	સુપુત્ર
સ્ત્રિ	સ્ત્રી	યથેસ્ઠ	યથેષ્ટ
દુરાવ્સથા	દુરાવસ્થા	જ્યોતી	જ્યોતિ
નૈત્ર	નેત્ર	સંસારિક	સાંસારિક
કૌશલતા	કુશળતા	અદભૂત	અદ્ભુત

REMARKABLE ઉલ્લેખનીય

1. The pronunciation of is very near to the pronunciation of ri in English word **bridge**. Its pronunciation is somewhere between અ and ઇ nearer to ઇ So that કૃપા is not exactly ક્રિપા kripa but krupa.
2. In pronunciation કૃષિ is different from ક્રિષિ in the same way, as ક્રિપા is different from કૃપા. In both the examples, the second-one are inccorect.

[PART 3–STEPS 21 TO 30]

21TH STEP
એકવીસમી સીડી

USEFUL EXPRESSIONS
ઉપયોગી લઘુ વાક્ય

We can convey our thoughts and feelings through small phrases and sentences. Let us learn to speak briefly.

Here are some phrases and short sentences:

1. Hello!	કેમ છો!	kem cho?
2. Happy New Year!	નૂતન વર્ષાભિનંદન!	Nutan Varshabhinandan!
3. Same to you!	તમને પણ!	tamne pan
4. Happy Birthday to you!	જન્મદિવસ શુભ હો!	Janmadivas shubh ho!
5. Welcome you all!	તમારા બધાનું સ્વાગત!	Tamara badhanu swagat!
6. Congratulations!	અભિનંદન!	Abhinandan!
7. Thanks for your kind visit.	તમારા પધારવા માટે મહેરબાની!	tamara padharvani maherbani!
8. Thank God	ભગવાનની મહેરબાની!	Bhagvan ni maherbani!
9. Oh my darling!	ઓહ, મારા પ્રિય!	Oh, mara priya!
10. O God!	હે ભગવાન!	He bhagvan!
11. Oh!	અરે!	Are?
12. Bravo!	શાબાશ!	Shabash!
13. Woe!	હાય!	Haye!
14. Excellent!	અતિ શ્રેષ્ઠ!	Ati shreshtha!
15. How terrible!	કેટલું ભયાનક	Ketalun bhayanak!
16. How absurd!	કેટલું વિચિત્ર	Ketalun vichitra!
17. How beautiful!	કેટલું સુંદર!	Ketalun sundar!
18. How disgraceful!	કેટલું શરમજનક!	Ketalun sharmjanak!

19. Really!	સાચે જ!	Sache ja!
20. O. K.!	સારું!	Sarun!
21. Wonderful!	સરસ!	Saras!
22. Than you!	આભાર!	Abhar!
23. Certainly!	ચોક્કસ!	Chokkas!
24. What a great victory!	કેટલો મહાન વિજય!	Ketalo mahan vijay!
25. With best compli-ments!	અભિનંદન સાથે!	Abhinandan sathe!

Some useful clauses and short sentences :

1. just a minute.	જરા એક મિનિટ!	Jara ek minit!
2. Just coming.	હમણાં આવ્યો/આવી.	Hamara Avyo/avi!
3. Any more!	થોડું વધારે!	Thodun vadhare?
4. Enough.	બસ!	Bas!
5. Anything else?	બીજું કાંઈ?	Biju kai?
6. No worry.	કોઈ ચિંતા નહીં	Koi chinta nahin!
7. As you like.	જેવી તારી ઇચ્છા.	Jevi tari iccha.
8. Mention not.	કોઈ વાત નથી.	Koi tari iccha.
9. Nothing more.	કશું વધારે નહીં.	Kashu vadhare nahin.
10. Not at al.	બિલકુલ નહીં.	Bilkul nahin.
11. For ladies.	મહિલાઓ માટે.	Mahilao mate.
12. To let	ભાડા પર આપવાનું	Bhada per apa-vanu.
13. No admission.	પ્રવેશ નિષેધ છે.	Pravesh nishedh chhe.
14. No entrance.	પ્રવેશ નહીં.	Pravesh nahin.
15. No thoughtfare.	રસ્તો નથી.	Rasto nathi.
16. No talking.	વાતચીત કરવાની મનાઈ છે.	Vatchit karvani manai chhe.
17. No smoking.	ધૂમ્રપાનની મનાઈ છે.	Dhumrapan ni mani chhe.
18. No apitting.	થૂકવાની મનાઈ છે.	Thukvani manai chhe.
19. No parking	વાહન ઊભા રાખવાની મનાઈ છે.	Vahan ubha rakh-vani manai chhe.
20. No exit.	બહાર જવાની મનાઈ છે.	Bhar javani manai chhe.

22ND STEP
બાવીસમી સીડી

IMPERATIVE SENTENCES
વિધ્યર્થક વાક્ય

In the following sentences, there are many verbs in the imperative modd expressing order, request or advice.

Here are some examples of short sentences giving force to verbs.

1. Be quick.	જલ્દી કરો.	Jaldi karo.
2. Be quiet.	શાંત રહો.	Chup raho.
3. Come in.	અંદર આઓ.	Andar jvo.
4. Get out.	બહાર જાઓ.	Bahar jao.
5. Stick no bills.	કાગળ ચોંટાડવાની મનાઈ છે.	Kagaj chotadvani manai chhe.
6. Don't talk rot.	બકવાસ નહીં કરો.	Bakvas nahi karo.
7. Be careful	સાવધાન રહો.	Savdhan raho.
8. Bring a glass of water.	એક ગ્લાસ પાણી લાવો.	Ek gilas pani lavo.
9. Don't forget to come tomorrow.	કાલે આવવાનું ભૂલતા નહીં.	Kale Aavvanu bhulta nahin.
10. Don't haste.	જલ્દી જલ્દી નહીં કરો.	Jaldi-Jaldi nahin karo.
11. Don't be talkative.	વાતો નહીં કરો.	Vato nahin karo.
12. Speak the truth.	સાચું બોલો.	Sachun bolo.
13. Don't tell a lie.	જૂઠું નહીં બોલો.	Juthu nahin bolo.
14. Go back.	પાછા જાઓ.	Pachha jao.
15. Work hard.	મહેનત કરો.	Mahenat karo.
16. Shut the window.	બારી બંધ કરો.	Bari bandh karo.
17. Open the door.	દરવાજા ખોલો	Darwaja kholo.
18. Come forward.	આગળ આઓ.	Aagal jao.
19. Come alone.	એકલા આવજો.	Ekala avajo.
20. Sit down.	બેસી જાઓ.	Besi jao.
21. Stand up.	ઊભા થાઓ.	Ubha thao.

22. Get up early.	જલ્દી ઊઠો.	Jaldi utho.
23. Be ready by 8 o'clock.	૮ વાગ્યા સુધીમાં તૈયાર રહેજો.	Ath vagya sudhima taiyar rahejo.
24. Always keep to the left.	હંમેશા ડાબી બાજુ રહો.	Hamesha dabi baju raho.
25. Give up bad habbits	ખરાબ આદતો છોડી દો.	Kharab adato chodi do.
26. Mind you own business.	પોતાના કામથી મતલબ રાખો.	Potana kam thi matlab rakho.
27. Ring the bell.	ઘંટડી વગાડો.	Ghantdi vagado.
28. Take it away.	આને લઈ જાઓ.	Ane layee jao.
29. Return the balance.	છૂટા પૈસા પાછા આપો.	Chuta paisa pachha aapo

[2] The Sentences Indicating Requst:

30. Please, excuse me.	કૃપયા માફ કરો.	Kripaya maf karo.
31. Don't mind, please.	ખરાબ નહીં લગાડતા.	Kharab nahin lagadta.
32. Please, try to understand me.	કૃપયા, મને સમજવાનો પ્રયત્ન કરો.	Kripaya mane samajavano prayatna karo.
33. Please, lend me your bicycle.	કૃપયા, મને તમારી સાઇકલ આપજો.	Kripaya, mane tamari cycle apajo.
34. Follow me, please.	કૃપયા મારી પાછળ આવો.	Kripaya mari pachal avo.
35. Please, have a cold drink.	કૃપયા, ઠંડું પીણું લેશો.	Krupaya, thandu pinu lesho.
36. Have some coffee, please.	કૃપયા, થોડી કૉફી લેશો.	Krupaya, thodi kofi lesho.
37. Please, have the room swept.	કૃપયા, રૂમમાં સફાઈ કરાવજો.	Krupaya roomman safai karavajo.
38. Please, call the servant.	કૃપયા નોકરને બોલાવજો.	Kripaya nokarne bolavajo.
39. Please, pass me the chilly.	કૃપયા, મરચું પકડાવશો.	Kripaya marchun pakadavasho.
40. Please, bring us	કૃપયા, અમારા માટે	Kripaya, amara

	some sweets.	થોડી મિઠાઈ લાવજો.	mate thodi mithai lavjo.
41.	Please deliver the goods at my residence.	કૃપયા, મારા ઘરે આ વસ્તુઓ પહોંચાડી દેજો.	Kripaya mara ghare a vastuo pahonchadi dejo.
42.	Please take your bath.	કૃપયા, સ્નાન કરી લો.	Kripaya, snan kari lo.
43.	Please have your seat.	કૃપયા, તમારી જગ્યા લઈ લો.	Kripaya tamari jagya lai lo.
44.	Kindly inform in time.	કૃપયા કરી સમય પર જણાવજો.	Kripaya kari samaya par janavajo.
45.	Kindly grant me a loan.	કૃપા કરી મને ઉધાર આપજો.	Kripaya kari mane udhar apajo.

[3] The Sentences Indicating Advice:

46.	Let us go in time.	આપણે સમય પર જઈએ.	Apane samay par jaiye.
47.	Work hard lest you will fail.	મહેનત કરો નહીં તો નિષ્ફળ જશો.	Mahenat karo nahin to nishfal jasho.
48.	Let us wait.	આપણે રાહ જોઈ લઈએ.	Apane rah joi laiye.
49.	Let us go for a	ચાલો આપણે ફરવા જઈએ.	Chalo apane farwa jaiye.
50.	Let us make the best use of time.	આપણે સમયનો સદુપયોગ કરીએ.	Apane samayno sadaupayoga kariye.
51.	Let us try our best.	આપણે પૂરેપૂરો પ્રયત્ન કરીએ.	Apane purepuro prayatna kariye.
52.	Let it be so.	ભલે એમ હોવા દો.	Bhale em hova do.
53.	Let us think first over this matter.	પહેલાં આપણે આ વાત પર પર વિચાર કરીએ.	Pahela apane a vat par vichar kariye.
54.	Lt us go to cinema together.	ચાલો, આપણે સાથે સિનેમામાં જઈએ.	Chalo, apane sathe cinema-

23RD STEP
ત્રેવીસમી સીડી

PRESENT TENSE
વર્તમાન કાળ

[1] Present Indefinite Tense સામાન્ય વર્તમાન

1. I write a letter to my brother. હું મારા ભાઈને પત્ર લખું છું. Hun mara bhai ne patra lakhun chhun.

2. Some children like sweets. કોઈ છોકરાંઓ મિઠાઈ પસંદ કરે છે. Koi chokarao mithai pasand kare che.

3. I leave home at 9.00 a.m. every day. હું રોજ ઘરેથી ૯ વાગે સવારે નીકળું છું. Hun roj ghare thi 9 vage savare niklu chun.

4. The earth moves round the sun. પૃથ્વી સૂર્યની ચોતરફ ફરે છે. Prithvi suryani chotaraf fare che

5. Good child always obeys his parents. સારો બાળક હંમેશા માબાપનું કહ્યું માને છે. Saro balak hamensha mabap nun kahyun mane che

6. She drives too quickly. એ બહુ જ તેજ ગાડીને ભગાવે છે. E bahu ja tej gadine bhagave che.

7. I brush my teeth twice a day. હું મારા દાંતને દિવસમાં બે વાર સાફ કરું છું. Hun mara dant ne divasman be var saf karun chun.

8. We live in India. આપણે ભારતમાં રહીએ છીએ. Apanen Bharatman rahiye chiye

9. You always forget to pay. તું હંમેશા પૈસા ચુકવવાનું ભૂલી જાય છે. Tun hamensha paisa chukava-vanun bhuli jaya che.

76

10.	The last bus leaves at mdnight.	છેલ્લી બસ મધરાતે નીકળે છે.	Chelli bus madh-arate nikale chhe.
11.	You spend all your money on clothes. par kharche chhe	તું તારા બધા પૈસા કપડાં પર ખર્ચે છે.	Tun tara badha paisa kapadan
12.	Someone knocks at the door.	કોઈ દરવાજો ખટખટાવે છે.	Koi darvajo khat-khatave chhe.
13.	She always wears the glasses. chhe.	એ હંમેશા ચશ્મા પહેરે છે.	E hamensha cha-shma pahere
14.	In India, there are fifteen regional languages.	ભારતમાં પંદર ક્ષેત્રીય ભાષાઓ છે.	Bharatman pan-der kshetriya bhashao chhe.

[2] Present Continuous Tense તાત્કાલિક વર્તમાન

1.	My mother is sweeping the room.	મારી મા રૂમ સાફ કરી રહી છે.	Mari ma rum saf kari rahi chhe.
2.	I am reading Nav Bharat Times.	હું નવભારત ટાઈમ્સ વાંચી રહ્યો છું.	Hun Navbharat Times vanchi rahyo chun.
3.	The dog is lying under the car.	આ કૂતરો ગાડીની નીચે સૂતો છે.	A kutaro gadini niche suto chhe.
4.	He is going to the market.	એ બજાર જઈ રહ્યો છે.	E bajar jai rahyo chhe.
5.	She is crying for nothing.	એ ફોકટની રડી રહી છે.	E fokatni radi rahi chhe.
6.	I am just coming.	હું હમણાં આવું છું.	Hun hamana avun chhun.
7.	I am looking at the sky.	હું આકાશ તરફ જોઈ રહ્યો છું.	Hun akash taraf joi rahyo chun.
8.	I am singing the song.	હું ગીત ગાઉં છું.	Hun gita gaun chun.

9.	She is looking for a pen.	આ પેન શોધી રહી છે.	E pen shodhi rahi chhe.
10.	The patient is going to the hospital.	રોગી હૉસ્પિટલ જઈ રહ્યો છે.	Rogi hospital jai rahyo chhe.

[3] Doubtful Present Tense સંદિગ્ધ વર્તમાન

1.	She may be reading her office.	એ એના કાર્યાલય પહોંચી રહી હશે.	E ena karyalaya pahonchi rahi hashe.
2.	They may be thinking wrong.	એ લોકો ખોટું વિચારી રહ્યા હશે.	E loko khotun vichari rahya hashe.
3.	I may be going to Bombay tomorrow.	હું કદાચ કાલે મુંબઈ જઈશ.	Hun kadach kale mumbai jaish.
4.	I may be teaching Hindi to my pupils.	હું કદાચ મારા વિદ્યાર્થીઓને હિન્દી ભણાવીશ.	Hun Kadach vidhayarthione Hindi bhanavish.
5.	Your sister may be waiting for you.	તમારી બહેન તમારી રાહ જોઈ રહી હશે.	Tamari bahen tamari rah joi rahi hashe.
6.	She may be plying on the voilin.	એ વાયોલિન વગાડતી હશે.	E violin vagadati hashe.
7.	She may be returning the money in a week.	એ કદાચ એક સપ્તાહમાં પૈસા પાછા આપશે.	E kadach ek saptahman paisa pacha apashe.
8.	Rama may be learning her lesson in the morning.	રમા સવારે કદાચ એનો પાઠ શીખતી હશે.	Rama savare kadach eno path shikhati hashe.

24TH STEP
ચોવીસમી સીડી

FUTURE TENSE
ભવિષ્ય કાળ

(1) Future Indefinite Tense સામાન્ય ભવિષ્યતકાળ

1. I shall write a letter to my brother.	હું મારા ભાઈને પત્ર લખીશ.	Hun mara bhai ne patra lakhish.
2. My father will reach here by Sunday.	મારા પિતા રવિવાર સુધી અહીંયા પહોંચી જશે.	Mara pita ravivar sudhi ahinya pahonchi jashe.
3. The mother will go to the market tomorrow.	મા કાલે બજાર જશે.	Ma kale bajar jaishe.
4. She will study hard this year.	એ આ વર્ષે ખૂબ મહેનતથી ભણશે.	E a varshe khub mahenat thi bhanshe.
5. It will serve my purpose.	આનાથી મારું કામ ચાલી જશે.	Anathi marun kam chali jashe.
6. I shall return day after tomorrow.	હું પરમ દિવસે પાછી આવીશ.	Hun param divse pachi avish.
7. My brother will stay here at night.	મારો ભાઈ રાત્રે અહીંયા રહેશે.	Maro bhai ratre ahinya raheshe.
8. I shall return in the evening definitely.	હું સાંજે ચોક્કસ પાછો આવી જઈશ.	Hun sanje chokkas pacho avi jaish.
9. I will do it whatever happens.	જે પણ થાય, હું આ કરીશ જ.	Je pan thay, hun a karishaj.
10. I will certainly give you what ou want.	તમને જે જોઈએ એ હું નિશ્ચિત આપીશ.	Tamane je joiye e hun nishchit apish.
11. We shall start at about 5 o'clock.	આપણે લગભગ ૫ વાગે જઈશું.	Apane lagbhag panch vage Jaishun.

79

12. I will give up smoking definitely.	હું ધૂમ્રપાન ચોક્કસ છોડી દઈશ.	Hun chokkas dhumrapan chodi daish.
13. I will come positively.	હું જરૂર આવીશ.	Hun jarur avish.
14. I will see it later on.	હું પછીથી આને જોઈશ.	Hun pachithi ane joish.

(2) Contingent Future Tense સંભાવ્ય ભવિષ્યતકાળ

1. If your elder bothercome you do come.	જો તારો મોટો ભાઈ આવે, તો તું જરૂર આવજે.	Jo taro moto bhai ave, to tun jarur avaje.
2. If you stay I do stay.	જો તું રોકાશે તો હું પણ રોકાઈશ.	Jo tun rokashe, to hun pan rokaish.
3. Ranjana may arrive today.	રંજના કદાચ આજે આવશે.	Ranjana kadach aje avashe.
4. I may invite my colleagues also.	હું કદાચ મારા સાથીદારોને પણ આમંત્રણ આપીશ.	Hun kadach mara sathidarone pan amantran apish.
5. If you go for a walk, call me also.	જો તમે ચાલવા જાઓ તો મને પણ બોલાવજો.	Jo tame chalva jao to mane pan bolavjo.
6. You may rest in my cotage if you like.	તને જો ગમે તો તું મારા ઝોંપડામાં આરામ કરી શકે છે.	Tane jo game to tun mara zopda man aram kari shake chhe.
7. I may leave this station any time.	હું ક્યારેક પણ આ સ્ટેશન છોડી દઈશ.	Hun kyarek pan a stashan chodi daish.
8. She may attend the meeting tomorrow.	એ કદાચ કાલે સભામાં આવે.	E kadach kale sabhaman ave.
9. Lest he may escape away.	એવું ના થાય કે એ કશે ભાગી જાય.	Evun na thai ke e kashe bhagi laya.
10. You may get admission either in science or in commerce.	તને વિજ્ઞાનમાં અથવા વાણિજયમાં પ્રવેશ મળે.	Tane vigyan man athava vanijya man pravesh male.

25TH STEP
પચીસમી સીડી

PAST TENSE (1)
ભૂતકાળ (૧)

(1) Past Indefinite સામાન્ય ભૂત

1. The students reached the classroom.	છાત્ર કક્ષામાં પહોંચ્યા.	Chhatra kaksha man pahonchya.
2. The police arrested the accused.	પોલીસે અપરાધીને ગિરફતાર કર્યો.	Police aparadhine giraftar karyo.
3. I saw him yesterday.	મેં એને ગઈકાલે જોયો.	Main ene gai kale joyo.
4. We sat down on the path while walking.	અમે ચાલતા ચાલતા પગદંડી પર બેસી ગયા.	Ame chalta chalta pagdandi par besi gaya.
5. I went to your house in the morning.	હું સવારે તારા ઘરે ગયેલો.	Hun savare tara ghare gayelo.
6. We gave her a warm welcome.	અમે એનું હાર્દિક સ્વાગત કર્યું.	Ame enu hardik swagat karyun.
7. The teacher punished the naughty students.	અધ્યાપકે તોફાની છાત્રોને સજા આપી.	Adhyapake tofani chhatrone saja api.
8. You withnessed the match.	તેં મેચ જોઈ.	Ten mech joi.
9. The children ran and played.	છોકરાંઓ દોડ્યા અને રમ્યા.	Chhokarao dodya ane ramya.
10. They laughed at the bigger.	એ લોકો ભિખારી પર હસ્યા.	E loko bhikhari par hasya.
11. The girls sang a song.	છોકરીઓએ એક ગીત ગાયું.	Chhokaraoe ek git gayun.

12. The mother told a story of king.	માએ રાજાની એક વાર્તા કહી.	Mae rajani ek varta kahi.
13. The baby took a sound sleep.	નાના બાળકે ગાઢી ઊંઘ લીધી.	Nana balake gahdhi ungh lidhi.
14. Rekha wrote a letter to her fast friend.	રેખાએ પોતાની ખાસ બહેનપણીને પત્ર લખ્યો.	Rekhae potani khas bahenpanine patra lakhyo.
15. They ate, drank and became happy.	એ લોકોએ ખાધું, પીધું અને સુખી થયા.	E lokoe khadhun, pidhun ane sukhi thaya.

(2) Present Perfect આસન્ન ભૂત

1. I have done my work.	મેં પોતાનું કામ કરી લીધું છે.	Main potanun kam kari lidhun chhe.
2. She has seen me in the restaurant.	એણે મને રેસ્ટોરાંમાં જોઈ લીધી છે.	Ene mane restoraman joi lidhi chhe.
3. You have read this book.	તમે આ પુસ્તક વાંચ્યું છે.	Tame a pustak vanchu chhe.
4. I have finished my work.	હું પોતાનું કામ કરી ચુક્યો છું.	Hun potanun kam kari chukyo chun.
5. My mother has arrived at home.	મારી મા ઘરે પહોંચી ગઈ છે.	Mari ma ghare pahonchi gai chhe.
6. Garima has sung a song.	ગરિમાએ એક ગીત ગાયું છે.	Garimae ek git gayun chhe.
7. The studnets have gone to their home.	વિદ્યાર્થીઓ પોતાના ઘરે ગયા છે.	Vidyarthio potana ghare gaya chhe.
8. The sweeper has just washed the floor.	સફાઈ કરનારે હમણાં જ જમીન ધોઈ છે.	Safai karnare hamanaj jamin dhoi chhe.
9. The phone has stopped ringing.	ફોન વાગવાનો બંધ થઇ ગયો છે.	Fona vagvano bandh thai gayo chhe.

10. Someone has broken the clock.	કોઈકે ઘડિયાળ તોડ્યું છે.	Koike ghadial todyun chhe.
11. They have heard the sad news.	એ લોકો દુ:ખદ સમાચાર સાંભળી ચુક્યા છે.	E loko dukhad samachar sambhali chukya chhe.
12. She has made the coffee.	એણે કોફી બનાવી છે.	Ene kofi banavi chhe.
13. I have paid the bill.	મેં બિલ ચુકાવી દીધું છે.	Main bil chukavi didhun chhe.
14. Father has planted a tree.	પિતાજીએ વૃક્ષ રોપ્યું છે.	Pitajie vruksha ropyun chhe.
15. The play has just began.	નાટક હમણાં જ શરૂ થયું છે.	Natak hamanaj sharun thayun chhe.

(3) Past Perfect પૂર્ણ ભૂત

1. I had already written the letter.	મેં પહેલાંથી જ પત્ર લખી દીધેલો.	Men pahelathij patra lakhi didhelo.
2. She had seen this picture before.	એણે આ ફોટો પહેલાં જોયેલો.	Ene a foto pahela joyelo.
3. Till last evening I had no seen him.	ગઈકાલે સાંજ સુધી મેં એને નહોતો જોયો.	Gayi kale sanj sudhi men ene nahoto joyo.
4. Anil had gone home before Amit came.	અમિતના આવંતા પહેલાં અનિલ ઘરે ગયેલો.	Amit na avata • pahelan Anil ghare gayelo.
5. I had finished my breakfast when Rita came.	જ્યારે રીટા આવી ત્યારે હું નાસ્તો કરી ચુકેલો.	Jyare Rita avi tyare hun nasto kari chukelo.
6. We had lived in Lajpat Nagar since 1950.	અમે ૧૯૫૦થી લાજપત નગરમાં રહીએ છીએ.	Ame 1950 thi Lajpat nagar man rahie chhiye.

7. I had waited for you for the last five years.	હું છેલ્લા પાંચ વરસથી તારી રાહ જોઈ રહેલો.	Hun chhella panch varasathi tari rah joi rahelo.
8. We had never seen such a match before.	અમે આવી મેચ પહેલાં ક્યારેય નહોતી જોઈ.	Ame avi mech pahela kyareya nahoti joi.
9. She had drunk the water.	એ પાણી પી ચૂકેલી.	E pani pi chukeli.
10. My sister had passed the degree examination.	મારી બહેન ડિગ્રી પરીક્ષા પાસ કરી ચુકેલી.	Mari bahen digrini pariksha pas kari chukeli.
11. I had come here to meet you.	હું અહીંયા તને મળવા આવેલો.	Hun aninya tame malava avelo.
12. They had not paid the debt.	એ લોકોએ ઉધાર ચુકાવ્યું નહોતું.	E lokoe udhar chukavyun nahotun.
13. We had purchased the shirts.	અમે ખમીસો ખરીદેલ.	Ame khamiso kharideli.
14. The train had left the platform, when we reached.	જ્યારે અમે પહોંચ્યા એ પહેલાં રેલગાડી પ્લેટફોર્મ છોડી ગયેલી.	Jyare ame pahonchya e pahela relgadi platform chhodi gayeli.
15. He had seen this picture.	એણે આ ફોટો જોયો હતો.	Ene a foto joyo hato.

26TH STEP
છવ્વીસમી સીડી

PAST TENSE (2)
ભૂતકાળ (૨)

(4) Doubtful Past સંદિગ્ધ ભૂત

1. Yashodhara might have come.	યશોધરા કદાચ આવી હશે.	Yashodhara kadach avi hashe
2. You might have heard the name of Tagore.	તમે ટાગોરનું નામ કદાચ સાંભળ્યું જ હશે.	Tame Tagor nun nam kadach samabhalyun ja hashe.
3. She might have forgotten the past.	એ વીતેલો સમય ભૂલી ગઈ હશે.	E vitelo samay bhuli gai hashe.
4. They might have sleep.	એ લોકો સૂઈ ગયા હશે.	E loko sai gaya hashe.
5. They might have paid her the old dues.	એ લોકોએ એને પાછલા લેનદેન ચુકાવી દીધા હશે.	E lokoe ane pachala lenden chukavi didha hashe.
6. He might have thought that I would be still there.	એણે વિચાર્યું હશે કે હું હજુ સુધી ત્યાં જ હોઇશ.	Ene vicharyun hashe ke hun haju sudhi tyanj hoish.
7. Mr. Malik might have written the letter.	શ્રી મલિકે પત્ર લખ્યો હશે.	Shri Malike patra lakhyo hashe.
8. The institution might have invited the Mayor.	એ સંસ્થાએ મેયરને આમંત્રણ આપ્યું હશે.	E sansthae mayarne amantran apyun hashe.
9. They might have laughed when she begged.	એ લોકો હસ્યા હશે જ્યારે એ ભીખ માંગતી હતી.	E loko hasya hashe jyare e bhikh mangati hati.

10. They might have accepted it.	એ લોકોએ સ્વીકાર કર્યું હશે.	E lokoe swikar karyun hashe.
11. She might have done her duty.	એણે પોતાનું કર્તવ્ય પૂરું કર્યું હશે.	Ene potanun kartavya purun karyun hashe.
12. The author might have written his autobiography.	એ લેખકે પોતાની આત્મકથા લખી હશે.	E kekhake potani atmakatha lakhi hashe.

(5) Past Imperfect અપૂર્ણ ભૂત

1. I was writing a letter when he enerted the room.	હું પત્ર લખી રહી હતી જ્યારે એણે રૂમમાં પ્રવેશ કર્યો.	Hun patra lakhi rahi hati jyare ene rumman pravesh karyo.
2. I was riding to school yesterday.	ગઈકાલે હું ઘુડસવારી કરતો સ્કૂલ ગયો.	Gaikale hun ghu-dsavari karato skul gayelo.
3. It was raining when I went out.	જ્યારે હું બહાર ગયો તો વર્ષા થઈ રહેલી.	Jyare huṅ bhar gayo to varsha thai raheli.
4. While I was talk-ing to her I heard a shout.	જ્યારે હું એની સાથે વાત કરી રહેલો ત્યારે મેં એક રાડ સાંભળી.	Jyare hun eni sathe vat kari rahelo tyare mein ek rad sambhali.
5. He was writing as essay in Hindi.	એ ગુજરાતીમાં નિબંધ લખી રહેલો.	E Gujarati man niban lakhi rahelo
6. When they were sleeping the dogs were watching.	જ્યારે એ લોકો સૂતા હતા તો કૂતરા પહેરો આપી રહેલા.	Jyare e loko suta hata to kutara pahero api rahela
7. We were playing tennis when you brother came.	જ્યારે તારો ભાઈ આવ્યો ત્યારે અમે ટેનિસ રમી રહેલા.	Jyare taro bhai avyo tyare ame tenis rami rahela.
8. Reena was trying hard to hide her desire.	રીના પોતાની ઈચ્છા છુપાવવા બહુ જ પ્રયત્ન કરી રહેલી.	Rita potani iccha chupavava bahu ja prayatna kari raheli.
9. They were talk-ing too loudly in the meeting.	એ લોકો સભામાં ખૂબ જ જોરથી બોલી રહેલો.	E loko sabhaman kub ja jorthi boli rahela.

10. Asha was studing with me in the school.	આશા મારી સાથે સ્કૂલમાં ભણતી હતી.	Asha mari sathe skulman bhanati hati.
11. We were living in Pune two years ago.	બે વર્ષ પહેલાં અમે પૂનામાં રહેતા હતા.	Be varsha pahela ame puna man raheta hata.
12. Fomerly this cow was giving ten kilolitre of milk.	પહેલાં આ ગાય દસ કિલો દૂધ આપતી હતી.	Pahela a gaya das kilo dudh apati hati.
13. In the last world war, the Germans were fighting bravely.	છેલ્લા વિશ્વયુદ્ધમાં, જર્મ બહુ વીરતાથી લડ્યા હતા.	Chhela vishwayudhaman, Jarman bahu virta thi ladhata hata.
14. At that time, I was residing in Delhi.	એ સમયે હું દિલ્હીમાં રહેતો હતો.	E samaye hun Delhiman raheto hato.
15. I used to go daily to the temple.	હું રોજ મંદિર જતો હતો.	Hun roj mandir jato hato.
16. Before 1947, we were living in West Punjab.	૧૯૪૭ પહેલાં અમે પશ્ચિમ પંજાબમાં રહેતા હતા.	1947 pahelan ame pashchim Punjabman raheṭa hata.
17. When I was seven years old, I was going to school all alone.	જ્યારે હું સાત વર્ષનો હતો હું એકલો સ્કૂલ જતો હતો.	Jyare hun sat varshano hato hun ekalo skul jato hato.
18. In may early age, my grandmother was telling the story to me.	હું જ્યારે નાની હતી, મારી દાદી મો વાર્તા સંભળાવતી હતી.	Hun jyare nahi hati, mari dadi ma varta sambhalavati hati.
19. In his sevently he used to walk very fast.	સિત્તેર વર્ષના હોવા છતાં એ બહુ જ તેજીથી ચાલતા હતા.	Sitter varshana hova chhatan e bahu ja teji thi chalta hata.

(6) Past Conditional હેતુહેતુમદ્ ભૂત

1. If you had worked hard, you would have passed.	જો તે મહેનત કરી હોત તો તું ઉત્તીર્ણ થઇ જાતે.	Jo ten mahenat kari hoti to tun utirna thai jate.
2. Had you been	જો તું ઇમાનદાર હોતં	Jo tun imandar

honest you would have been happier.	તો તું વધારે સુખી હોત.	hota to tun vadhare sukhi hota.
3. If she had been clever she would have not done so.	જો એ હોંશિયાર હોત તો એ આવું નહીં કરતી.	Jo e honshiar hota to e avun nahin karati.
4. Had you sung, we would have enjoyed.	જો તેં ગાયું હોત તો અમને આનંદ આવતે.	Jo ten gayun hota to amane anand avate.
5. If she had reached I would have gone.	જો એ પહોંચી હોત તો હું ચાલી ગયો હોત.	Jo e pahonchi hota to hun chali gayo hota.
6. Had you come I would have played.	જો તું આવ્યો હોત તો હું રમતે.	Jo tun avyo hota to hun ramate.
7. If you had written to me I would have replied to you.	જો તેં મને લખ્યું હોત તો મેં જવાબ આપ્યો હોત.	Jo ten mane lakhyun hota to main jawab apyo hota.
8. Have you asked me I would have stayed?	જો તેં મને પૂછ્યું હોત તો હું રોકાઈ જતે.	Jo ten mane puchhyun hota to hun rokai jate.
9. If she had tole me earlier I would have not done so.	જો એણે મને પહેલાં બતાવ્યું હોત તો મેં આમ ન કર્યું હોત.	Jo ene mane pahelan batavyun hota to main am na karyun hota.
10. Had you invited her she would have come.	જો તેં એને આમંત્રિત કરી હોત તો એ આવતે.	Jo ten ene amantrit kari hota to e avate.
11. Had Radha wings she would have flown over to Krishna.	રાધાને પાંખ હોતે તો એ ઊડીને કૃષ્ણ પાસે પહોંચી જતે.	Radhane pankh hote to a udine krishna pase pahonchi jate.
12. If she had liked camera she would have bought it.	જો એને કેમેરા પસંદ આવતે તો એ ખરીદતે.	Jo ene kemera pasand avate to e kharidate.

27TH STEP
સત્તાવીસમી સીડી

INTERROGATIVE SENTENCES
પ્રશ્નસૂચક વાક્ય (૧)

Interrogative Sentences With

(1)	IS	ARE	AM	WAS	WERE
	છે	છે/છીએ	છું	હતો/હતી/હતું	હતા/હતી

1. Is Hidni difficult?	ગુજરાતી અઘરું છે?	Gujarati aghrun chhe?
2. Is it cold today?	આજે ઠંડી છે?	Aaje thandi chhe?
3. Is your name Narendra Kumar?	તમારું નામ નરેન્દ્ર કુમાર છે ?	Tamaru naam Narendra kumar chhe?
4. Are you afraid of gost ?	તમને ભૂતથી ડર લાગે છે?	Tamane bhuta thi dar lage chhe?
5. Are you feeling well ?	તમારી તબિયત સારી છે ?	Tamari tabiyat sari chhe?
6. Are you Mr. Amitabh.	તમે શ્રી અમિતાભ છો?	Tame Shri Amitabh chho?
7. Am I afraid of you ?	હું તમારાથી ડરું છું ?	Hu tamarathi darun chhu?
8. Am I a fool?	હું બુદ્ધુ છું?	Hu buddhu chhun?
9. Am I your servant?	હું તમારો નોકર છું ?	Hu tamaro noker chhun?
10. Was she frightened?	એ ડરેલી હતી ?	E dareli hati?
11. Was he a stranger here?	એ અહીંયા અજનબી હતો ?	E ahinya ajnabee hato?

12. Was the moon shining?	ચંદ્રમા ચમકી રહેલો ?	Chandrama chamaki rahelo?
13. Were the boys playing football?	છોકરાઓ ફૂટબોલ રમી રહેલા ?	Chhokarao futbol rami rahela?
14. Were you enjoyng yourself in Simla?	તમે સિમલામાં મઝા કરી ?	Tame Simla man maza kari?
15. Were you not appy with your collegues?	તમે તમારા સાથીદારો સાથે ખુશ નહોતા ?	Tame tamara sathidaro sathe Khush nahota?

(2) DO DOES DID

16. Do we shirk work?	આપણે કામથી કંટાળીએ છીએ ?	Apane kam thi kantalie chhiye?
17. Do you smoke?	તમે ધૂમ્રપાન કરો છો ?	Tame dumrapan karo chho?
18. Do you always speak the truth?	શું તમે હંમેશા સાચું બોલો છો ?	Shun tame hamensha sachun bolo chho?
19. Does she like to dress well?	એને સારી વેશભૂષા કરવાનું પસંદ છે?	Ene sari veshbhusha karvanun pasand chhe?
20. Does he play games?	એ રમતો રમે છે?	E ramato rame chhe?
21. Does she like her neighbour?	એને એની પડોસણ પસંદ છે?	Ene eni padoshan pasand chhe?
22. Did Anupam eat all the apples?	શું અનુપમ બધા સફરજન ખાઈ ગયો?	Shun Anupam badha safarjan khai gayo?
23. Did you build it?	તેં આ બનાવ્યું ?	Tein a banavayun?
24. Did you ring the bell?	તેં ઘંટી વગાડી ?	Tein ghanti vagadi?

(3) HAS HAVE HAD

25. Has he written to father?	એણે પિતાને લખ્યું છે?	Ene pitane lakhyun chhe?

26. Has her temperature gone down?	એનો તાવ નીચે ઊતર્યો છે ?	Eno tav niche utaryo chhe?
27. Has Anurag missed the train?	અનુરાગની રેલગાડી છુટી ગઈ ?	Anuragni relgadi chhuti gai?
28. Have you spent all your money?	તે તારા બધા પૈસા ખર્ચી કાઢ્યા ?	Ten tara badha paisa kharchi kadhya?
29. Have you ever driven any car?	તમે ક્યારેય કોઈ ગાડી ચલાવી છે ?	Tame kyarey koi gadi chalavi chhe?
30. Have you found mey handkerchief?	તમને મારો હાથરૂમાલ મળ્યો ?	Tamane maro hathrumal malyo?
31. Had the postman delivered any letter ?	ટપાલીએ કોઈ પત્ર આપ્યો હતો ?	Tapalie koi patra apyo hato ?
32. Had you finished your work?	તેં તારું કામ પૂરું કર્યું હતું?	Tein tarun kam purun karyun hatun?
33. Had you ever been to Bombay?	તમે ક્યારેય મુંબઈ ગયા હતા ?	Tame kyareya mumbai gaya hata?

(4) WILL SHALL WOULD SHOULD
ઈશ/શે ઈશ/શે

34. Will they attend the meeting in time?	એ લોકો સભામાં સમય પર ઉપસ્થિત થશે?	E loko sabhaman samay par upasthit thashe?
35. Will you meet her at the station?	તમે એને સ્ટેશન પર મળશો?	Tame ene stashan par malsho?
36. Shall I not apologize for my mistake?	શું મારે પોતાની ભૂલ માટે ક્ષમા નહીં માંગવી જોઈએ.	Shun mare potani bhul mate kshama nahin mangavi joiye?
37. Shall we call on her	આપણે એને મળવા જઈએ ?	Apane ene malava jaiye?

38. Would he give me some rupees if I needed?	જો મને જરૂરત પડે તો એમને થોડા પૈસા આપશે?	Jo mane jarurat pade to e mane thoda paisa apashe?
39. Would you tell me the correct answer i I mistaken?	જો હું ભૂલ કરું તો તમે મને સાચો જવાબ કહેશો ?	Jo hun bhul karun to tame mane sacho javab kahesho?
40. Should I not disturb you?	હું તમને દખલ ના કરું ?	Hun tamane dakhal na karun?
41. Should we forget noble acts of others?	બીજાના સારા કાર્યોને શું આપણે ભૂલી જવા જોઈએ ?	Bijana sara karyone shun apane bhuli java joie?

(5) CAN   COULD MAY

42. Can you solve this riddle?	તું આ નું સમાધાન લાવી શકે ?	Tuna nun samadhan lavi shake?
43. Can you jump over this fence?	તમે આ જાળી ઉપરથી કૂદી શકશો?	Tame a jali uparthi kudi shakasho?
44. Could he come in time?	એ સમય પર આવી શક્યો ?	E samay par avi shakyo?
45. Could we do this job alone?	શું આપણે આ કામ એકલા કરી શક્યા ?	Shun apane a kam ekala kari shakya?
46. May I come in, Sir?	હું અંદર આવી શકું છું, શ્રીમાન ?	Hun andar avi shakun chhun shriman?
47. May I accompany you, Madam?	હું તમારી સાથે આવું, શ્રીમતી ?	Hun tamari sathe avun shrimati?
48. May I have you attention?	હું તમારું ધ્યાન માંગી શકું ?	Hun tamarun dhyan mangi shakun?

28TH STEP
અઠયાવીસમી સીડી

INTERROGATIVE SENTENCES (2)
પ્રશ્નસૂચક વાક્ય (૨)

(1) Interrogative Sentences with

WHAT	**WHEN**	**WHERE**	**WHY**
ક્યા ? શું ? કેટલું ?	ક્યારે ?	ક્યાં ?	કેમ ?

1. What is your name?	તમારું નામ શું છે ?	Tamarun nam shun chhe?
2. What is you age?	તમારી ઉંમર કેટલી છે ?	Tamari ummar ketali chhe?
3. What does this mean?	આનો શું અર્થ છે ?	Ano shun arth chhe?
4. What do you want?	તને શું જોઈએ છે ?	Tane shun joiye chhe?
5. What did you pay?	તમે શું ચૂકવ્યું ?	Tame shun chu-kavyun?
6. What will you take?	તમે શું લેશો ?	Tame shun lesho?
7. What o'clock is it?	અત્યારે કેટલા વાગ્યા છે?	Atyare ketala vagya chhe?
8. What colour do you like?	તમને ક્યો રંગ પસંદ છે?	Tamane kayo rang pasand chhe?
9. What wages to you want?	તૂ શું મજૂરી માંગે છે ?	Tu shun majuri mange chhe?
10. What is your hobby?	તમારી રુચિ શું છે ?	Tamari ruchi shun chhe?
11. When do you get up in the morning?	તમે સવારે કેટલા વાગે ઊઠો છો ?	Tame savare ketala vage utho chho?

12.	When did you here this new?	તમે આ સમાચાર ક્યારે સાંભળ્યા?	Tame a samachar kyare sambhalya?
13.	When shall we return?	આપણે ક્યારે પાછા આવીશું ?	Apane kyare pacha avishun?
14.	When will you finish your work?	તું તારું કામ ક્યારે પૂરું કરશે?	Tun tarun kam kyare purun karshe?
15.	When did she tell you her story?	એણે પોતાની આપવીતી તમને ક્યારે સંભળાવી ?	Ene potani apviti tamane kyare sambhalavi?
16.	When will they meet again?	એ લોકો ફરીથી ક્યારે મળશે?	E loko farithi kyare malashe?
17.	When was your car·stolen?	તમારી ગાડી ક્યારે ચોરાઈ ગઈ ?	Tamari gadi kyare chorai gai?
18.	When do you wear your new clothes?	તમે તમારા નવા કપડાં ક્યારે પહેરો છો ?	Tame tamara nava kapadan kyare pahero chho?
19.	When do we have to leave this station?	આપણે આ સ્ટેશને ક્યારે છોડવું પડશે ?	Apanea stashan ne kyare chhodavanu padashe?
20.	When did you sleep at night?	તમે રાતે ક્યારે સૂઓ છો?	Tame rate kyare suo chho?
21.	Where is your purse?	તમારો બટવો ક્યાં છે ?	Tamaro batvo kyan chhe?
22.	Where are you going?	તમે ક્યાં જાઓ છો ?	Tame kyan jao chho?
23.	Where do they live?	એ લોકો ક્યાં રહે છે ?	E loko kyan rahe chhe?
24.	Where does this path lead to?	આ રસ્તો ક્યાં જાય છે?	A rasto kyan jay che?
25.	Where have you come from?	તમે ક્યાંથી આવ્યા છો ?	Tame kyan thi avya chho?

26. Where can we obtain books?	આપણે ચોપડીઓ ક્યાંથી મેળવી શકશું ?	Apane chopadio kyanthi melavi shakshun?
27. Where was your watch made?	તમારું કાંડાનું ઘડિયાળ ક્યાંથી બનેલું છે ?	Tamarun kandanun ghadial kyanthi banelun chhe?
28. Where do you buy tea?	તું ચા ક્યાંથી ખરીદે છે ?	HTun cha kyanthi kharide chhe?
29. Where can I get down?	હું ક્યાં ઉતરી જાઉં?	Hun kyan utari jaun?
30. Where shall we go now?	આપણે હવે ક્યાં જઈશું ?	Apane have kyan jaishun?
31. Why does he not apply for this post?	એ આ પદવી માટે શા માટે અરજી નથી આપતો ?	E a padavi mate sha mate arji nathi apato?
32. Why do you not come early?	તમે જલ્દી કેમ નહીં આવ્યા ?	Tame jaldi kem nahin avya?
33. Why did she abuse me?	એણે મને કેમ ધુતકાર્યો ?	Ene mane kem dhutakaryo?
34. Why do you drink so much?	તમે આટલો નશો કેમ કરો છો ?	Tame atalo nasho kem karo chho?
35. Why do you not solve my querries?	તમે મારા પ્રશ્નોનું સમાધાન કેમ નથી કરતા ?	Tame mara prashno nun samadhan kem nathi karta?
36. Why are you so sad today?	તમે આજે આટલા દુઃખી કેમ છો ?	Tame aje atala dukhi kem chho?
37. Why was your mother angry with you?	તમારા માતાજી તમારી સાથે ગુસ્સે કેમ હતા ?	Tamara mataji tamare sathe gusse kem hata?
38. Why do some people travel abroad?	કોઈ લોકો વિદેશ યાત્રા કેમ કરે છે?	Koi loko videsh yatra kem kare chhe?

39. Why was that M.L.A. sent to prison?	એ એમ.એલ.એ.ને જેલ કેમ મોકલ્યા હતા?	E em.el.e. ne jel kem mokalya hata?
40. Why do you not try to understand me ?	તમે મને સમજવાનો પ્રયત્ન કેમ નથી કરતા ?	Tame mane samjavano prayatana kem nathi karta?

[2] WHO કોણે/કોણ WHOM કોને/કોણે/કોણ WHOSE કોનું/કોનો/કોની/કોના

41. Who is that fellow?	એ વ્યક્તિ કોણ છે ?	E vyakti kon chhe?
42. Who lives in this house?	આ ઘરમાં કોણ રહે છે?	A gharaman kon rahe chhe?
43. Who sang this song?	આ ગીત કોણે ગાયું?	A git kon gayun?
44. Who repairs the watches?	ઘડિયાળો કોણે રિપેર? કરતો?	Ghadialo kon riper kare chhe?
45. Who controlled the traffic?	યાતાયાતનું નિયંત્રણ કોણ કરતું હતું?	Yatayatnun niyantran kon kartun hatun?
46. Whom do you want?	તમને કોણ જોઈએ છે ?	Tamane kaun joiye chhe?
47. By whom ar you employed?	તમને કોણે નોકરી પર રાખ્યા છે ?	Tamane kone nokari par rakhya chhe?
48. Whom had you promised?	તમે કોને વચન આપેલું ?	Tame kone vachan apelun?
49. Whose house is that?	એ કોનું ઘર છે ?	E konun ghar chhe?
50. In whose employment are over teachers?	આપણા શિક્ષકો કોની નોકરીમાં છે ?	Apana shikshako koni nokariman chhe?

29TH STEP
ઓગણીસમી સીડી

INTERROGATIVE SENTENCES (3)
પ્રશ્નસૂચક વાક્ય (૩)

(1) Interrogative Sentences with

HOW	HOW LONG	HOW MANY	HOW MUCH
કેવું/કેવી	રીતે/કેમ ક્યાં સુધી	કેટલા/કેટલી	કેટલું/કેટલો/કેટલી

1. How do you do?	તમે કેમ છો?	Tame kem chho?
2. How do you fell now?	તમને હવે કેવું લાગે છે ?	Tamane have kevun lage chhe?
3. How do you come to know the truth?	તમને સાચી વાત કેવી રીતે ખબર પડી ?	Tamane sachi vat kevi rite khabar padi?
4. How are you?	તમે કેમ છો ?	Tame kem chho?
5. How old are You?	તમે કેટલા વર્ષના છો ?	Tame ketala var-shna chho?
6. How is it possible?	આ કેવી રીતે શક્ય છે ?	A kevi rite shakya chhe?
7. How old is your son?	તમારો છોકરો કેટલા વર્ષનો છે?	Tamaro chhakro ketala varshno chhe?
8. How do you manage it?	તમે કેવી રીતે એનો પ્રબંધ કર્યો.	Tame kevi rite eno prabandh karyo?
9. How long have you been in India?	તમે ભારતમાં કેટલા સમયથી છો?	Tame bharatman ketala samay thi chho?
10. How long has your mother been sick?	તમારા માતાજી કેટલા સમયથી માંદા છે ?	Tamara mataji ketala samy thi manda chhe?
11. How long di they want the rooms for?	એમને રૂમો ક્યાં સુધી જોઈએ છે ?	Emne rumo kyan sudhi joiye chhe?

97

12. How long is post post-office from your residence?	ડાકઘર તમારા ઘરથી કેટલું દૂર છે?	Dakghar tamara gharthi ketalun dur chhe?
13. How long is this room?	આ રૂમ કેટલો લાંબો છે ?	A rum ketalo lambo chhe?
14. How long is the capital from here?	અહીંથી રાજધાની કેટલી દૂર છે ?	Ahinthi rajdhani ketali dur chhe?
15. How many family members have you?	તમારા કુટુંબમાં કેટલા માણસો છે ?	Tamara kutumba man ketala manaso chhe?
16. How many brothers and sisters are you ?	તમે કેટલા ભાઈ-બહેનો છો ?	Tame ketala bhai-bheno chho?
17. How many seats are there in the bus?	આ બસમાં કેટલી સીટો છે ?	A basman ketali sito chhe?
18. How much money is to be paid?	કેટલા પૈસા આપવાના છે ?	Ketala paisa apvana chhe?
19. How much do you charge per head?	પ્રતિ વ્યક્તિ તમે કેટલો ભાવ માંગો છો?	Prati vyakti tame ketalo bhav man-go chho?
20. How much milk is required?	કેટલું દૂધ જરૂરી છે ?	Ketalun dudh jaruri chhe?

[4] WHICH

કઈ ? કયો ? કયા ? કયું ?

21. Which is your umbrella?	તારી છત્રી કઈ છે ?	Tari chhatri kai chhe?
22. Which picture will you see on Sunday?	તું રવિવારે કઈ ફિલ્મ જોઈશ.	Tun ravivare kai film joishe?
23. Which is the right way?	કયો રસ્તો બરાબર છે ?	Kayo rasto bara-bar chhe?
24. Which is the booking office?	ટિકિટઘર કયું છે ?	Tikitghar kayun chhe?
25. Which is your favourite book?	તમારી મનપસંદ ચોપડી કઈ છે ?	Tamari manpas-and chopadi kai chhe?
26. From which plat-form the frontier mail arrive?	કયા પ્લેટફોર્મ પર ફ્રંટિયરમેલ આવે છે ?	Kaya platform par frontiar mail ave chhe?

30TH STEP
ત્રીસમી સીડી

NEGATIVE SENTENCES
નિષેધસૂચક વાક્ય

(1) Interrogative Sentences with

NOT	NO-NOT	NO	NEVR	NTHING SELDON
નથી	નહીં/નથી	નહીં	ક્યારેય નહીં	કાંઈ નથી/ કશું નથી ક્યારેક જ

1. My father is not feeling well.
   મારા પિતાજીની તબિયત સારી નથી.
   Mara pitajini tabiyat sari nathi

2. We are not fool.
   અમે મૂર્ખ નથી.
   Ame murkha nathi.

3. I don't know what you say.
   હું જાણતો નથી કે તમે શું કહો છો.
   Hun janato nathi ke tame shun kaho chho.

4. I don't know who she is.
   હું જાણતો નથી કે એ કોણ છે.
   Hun janto nathi ke e kon chhe.

5. No, I don't understand.
   નહીં, મને સમજાતું નથી.
   Nahin, mane samjatun nathi.

6. I know nothing about it.
   મને આ બાબત કશું જ ખબર નથી.
   Mane a babat kashun ja khabar nathi.

7. Nothing a particular.
   કાંઈ ખાસ વાત નથી.
   Kain khas vat nathi.

8. I did not want anything.
   મારે કાંઈ જ જોઈતું નહોતું.
   Mare kainja joitun nahotun.

9. No sir, the boss has not come yet.
   નહીં શ્રીમાન, સાહેબ હજુ આવ્યા નથી.
   Nahin shriman, saheb haju avya nathi.

10. No thorough fare.
    આમ રસ્તો નથી.
    Am rasto nathi.

11. No, I have headache.
    નહીં, મારું માથું દુઃખે છે.
    Nahin marun mathu dukhe chhe.

99

12. No, not at all. She is not trust-worthy.	નહીં, જરા પણ નહીં એ વિશ્વાસપાત્ર નથી.	Nahin, jara pan nahin e viswas-patra nathi.
13. Barking dogs seldom bite.	ભસતા કૂતરાઓ ક્યારેક જ કરડે છે.	Bhasta kutarao kyarek ja karade chhe.
14. One has never seen such as absurd man.	કોઈએ આવો વિચિત્ર માણસ જોયો જ નથી.	Koiye avo vichi-tra manas joyio ja nathi.
15. Do not touch it.	આને હાથ નહીં લગાવો.	Ane hath nahin lagavo.

[2] Negativ Sentences with Interrogation
પ્રશ્નસહિત નિષેધસૂચકવા

16. I cam jump. Can't I ?	હું કૂદી શકું છું. કેમ નહીં ?	Hun kudi shak-un chhun, kem nahin ?
17. We shall return in time. Shan't we?	આપણે સમય પર પાછા આવીશું. કેમ નહીં?	Apane samaya par pacha avish-un. Kem nahin?
18. They will surely come. Won't they?	એ લોકો જરૂર આવશે. કેમ નહીં?	E loko jarur ava-she. kem nahin?
19. They ar fool. Aren't they?	એ લોકો મૂર્ખ છે. કેમ નહીં ?	E loko murkha chhe. Kem nahin?
20. You must not abuse others. Should you?	તમારે બીજાને ગાળો આપવી ના જોઈએ. આપવી જોઈએ ?	Tamare bijane galo apavi na joiye? Apavi joiye?
21. You must not smoke. Must you?	તમારે ધૂમ્રપાન નહીં કરવું જોઈએ ?	Tamare dhumra-pan nahin kara-vaun joiye.
22. There is enough milk. Isn't it?	દૂધ પૂરતું છે. કેમ નહીં ?	Dudh purtun chhe. kem nahin?
23. Can't you find	તું તારો હાથરૂમાલ	Tun taro hath-

100

your handker-chief?	શોધી નથી શકતો ?	rumal shodhi nathi shakto?
24. Could'nt he have done better?	એ આનાથી વધારે સારું નહીં કરી શકતો હતો ?	E anathi vadhare sarun nahin kari shakato hato?
25. Won't you be able to come and see us?	તમે અમને જોવા આવી નહીં શકો ?	Tame amane jova avi nahin shako?
26. Aren't you going to walk now?	તમે હમણાં ચાલવા નથી જતા ?	Tame hamanan chalwa nathi jata?
27. Must not I tell you again?	મારે શું તમને બીજી વાર કહેવું નહીં પડે ?	Mare shun tama-ne biji var kahe-vun pade?
28. Don't I have to close the shop?	શું મારે દુકાન બંધ નહીં કરવી પડે ?	Shun mare dukan bandh nahin karvi pade?

31TH STEP
એકત્રીસમી સીડી

AT HOME
ઘરમાં

1. You visit after a long time.	તમે ઘણા સમય પછી મળવા આવ્યા.	Tame ghana samaya pachi malava avya.
2. What brings you here?	તમે અહીં શા માટે આવ્યા છો?	Tame ahin sha mate avya chho?
3. What brings you here?	તમે અહીંયા આવવાનું કષ્ટ કેમ કર્યું?	Tame ahinya avavanun kashta kem karyun?
4. I seek your advise.	હું તમારી સલાહ માંગું છું.	Huri tamari salah mangu chhun.
5. What is you opinion in this matter?	આ વિષયમાં તમારો શો અભિપ્રાય છે?	A vishay man tamaro sho abhipraya chhe?
6. I have come for some important matter.	હું કોઈ મહત્ત્વના કામ માટે આવ્યો છું.	Hun koi mahatva na kam mate avyo chhun.
7. She had some work with you.	એને તમારી સાથે કશું કામ હતું.	Ene tamari sathe kashun kam hatun.
8. Come some other time.	કોઈ બીજા સમયે આવજો.	Koi bija samaye avajo.
9. Both of you may come.	તમે બંને આવજો.	Tame banne avajo.
10. Promise that you shall come.	વચન આપો કે તમે જરૂર આવશો.	Vachan apo ke tame jarur avasho.
11. I don't remember your name.	મને તમારું નામ યાદ નથી.	Mane tamarun nam yad nathi.
12. You are beyond recognition.	તું તો ઓળખાતો જ નથી.	Tun to olakhato ja nathi.
13. I woke up early this morning.	હું આજે સવારે બહુ જલ્દી ઊઠેલો.	Hun aje savare bahu jaldi uthelo.
14. I did not think it	મને તને ઊઠાડવાનું	Mane tane uthad-

proper to wake you up.	ઉચિત નહીં લાગ્યું.	vanun uchit nahin lagyun.
15. Are you still awake?	તમે હજુ પણ જાગો છો ?	Tame haju pan jago chho?
16. I shall rest for a while.	હું થોડી વાર વિશ્રામ કરીશ.	Hun thodi var vishram karish.
17. Let them rest.	એમને આરામ કરવા દો.	Emane aram karava do.
18. I shall come some other time.	હું બીજા કોઈ સમયે આવીશ.	Hun bija koi samaye avish.
19. I am feeling sleepy.	મને બહુ ઊંઘ આવે છે.	Mane bahu ungha ave chhe.
20. Go and take rest.	જાઓ અને આરામ કરો.	Jao ane aram karo.
21. I have got a sound sleep.	મને ગાઢી ઊંઘ આવી.	Mane gahdhi ungha avi.
22. Please inform me of her arrival.	એની આવવાની ખબર મને આપવા વિનંતી છે.	Eni avavani khabar mane apava vinanti chhe.
23. He left long before.	એ બહુ પહલા ચાલી ગયો.	E bahu pahela chali gayo.
24. Why did you not go?	તમે કેમ નહીં ગયા?	Tame kem nahin gaya?
25. I could not go because of some urgent work.	કોઈ અગત્યના કામસર હું જઈ નહીં શક્યો.	Koi agatyana kamsar hun jai nahin sakyo.
26. Why did you not come day before yesterday?	તમે પરમ દિવસે કેમ નહોતા આવ્યા?	Tame param divase kem nahota avya?
27. There was an urgent piece of work.	બહુ મહત્ત્વનું કામ આવી પડેલું.	Bahu mahatva nun kam avi padelun.
28. I have been out since morning.	હું સવારથી ઘરની બહાર નીકળેલો છું.	Hun savarathi gharni bhar nikalelo chhun.
29. They must be waiting for me at home.	એ લોકો મારી ઘરે રાહ જોતા હશે.	E loko mari ghare rah jota hashe.
30. I cannot stay any longer now.	હું હવે વધારે સમયે રોકાઈ નહીં શકું.	Hun have vadhare samaya rokai nahin shakun.

32TH STEP
બત્રીસમી સીડી

SHOPPING
ખરીદકારી

1. Where is Central Market?	સેંટ્રલ માર્કેટ ક્યાં છે ?	Central market kyan chhe?
2. I am going there, follow me.	હું ત્યાં જઈ રહ્યો છું, મારી સાથે ચલો.	Hun tyan jai rahyo chhun, mari sathe chalo.
3. I want to purchase some clothes.	મારે થોડાં કપડાં ખરીદવા છે.	Mare thoda kapadan karidava chhe.
4. Which is the cheapest and best shop?	સૌથી વધારે સસ્તી અને સારી દુકાન કઇ છે ?	Sauthi vadhare sari dukan kai chhe?
5. How much money have you?	તમારી પાસે કેટલા પૈસા છે ?	Tamari pase ketala paisa chhe?
6. Don't spend more than your income.	તમારી આવકથી વધારે ખર્ચો નહીં કરો.	Tamari avak thi vadhare kharcho nahin karo.
7. Is the price fixed?	આનો એકભાવ છે ?	Ani ek bhav chhe?
8. State your minimum piece.	તમારી ઓછામાં ઓછી કિંમત બતાવો.	Tamari occha man occhi kimmat batavo.
9. Will you give it for seventy rupees?	આ માટે તમે સિત્તેર રૂપિયામાં આપશો ?	A mate tame sitter rupiyaman apasho?
10. Count the money.	પૈસા ગણી લો.	Paisa gani lo.
11. Give me the balance.	બાકીના પૈસા મને પાછા આપો.	Bakina paisa mane pachha apo.
12. Do you sell socks?	તમે મોજા વેચો છો?	Tame moja vecho chho?

13. Buy this one.	આ ખરીદો.	A khario.
14. Show me another variety.	મને બીજી કોઈ જાત બતાવો.	Mane biji koi jat batavo.
15. I do not want this.	મને આ નહીં જોઈએ.	Mane a nahin joiye.
16. Not a costly.	આટલું બધું મોઘું નહી.	Atalun badhun monghun nahin.
17. I do not want this colour.	મને આ રંગ નહીં જોઈએ.	Mane a rang nahin joiye.
18. It is faded.	આનો રંગ ઉપટી ગયો છે.	Ano rang upati gayo chhe.
19. This is good.	આ સારું છે.	A sarun chhe.
20. It is very dear.	આ બહુ જ મોંઘું છે.	A bahuja mon-ghun chhe.
21. Quite cheap.	બહુ જ સસ્તું.	Bahuja sastun.
22. Will it shrink?	આ ચઢી જશે ?	A chadhi jashe?
23. Can you recom-mend a good shop for shoes?	તમે બૂટ-ચંપલની સારી દુકાન બતાવી શકો ?	Tame buta-cham-palni sari dukan batavi shako?
24. Bata shoes are quite reliable.	બાટાના બૂટ ભરોસા-લાયક છે.	Batana buta bha-rosalayak chhe.
25. May we get it for you?	તમારા માટે અમે એ લઈ આવીએ?	Tamara mate ame e lai avie?
26. It the shop for away?	એની દુકાન દૂર છે?	Eni dukan dur chhe?
27. How much for a pair?	એક જોડીની શું કિંમત છે ?	Ek jodini shun kimmat chhe?
28. Where is my bill?	મારું બિલ ક્યાં છે ?	Marun bill kyan chhe?
29. Which is the pay-ment counter?	પૈસા જમા કરવાનું કાઉંટર ક્યાં છે ?	Paisa jama kar-vanun kauntar kyan chhe?
30. Please give me the maximum discount.	કૃપયા મને અધિકતમ છૂટ આપો.	Kripaya mane adhiktam chut apo.
31. The error or	ભૂલચૂક સુધારી લેવાશે.	Bhulchuk sudhari

33TH STEP
તેંત્રીસમી સીડી

CRAFTSMAN
કારીગરો

(1) Cobbler મોચી

1. Have you ment my shoes?	મારા બૂટની મરમ્મત કરી દીધી?	Mara butani marammat kari didhi?
2. I want to get resoled these shoes.	મારે આ બૂટમાં નવું સોલ નંખાવવું છે.	Mare a buta man navun soi nankh-avanun chhe?
3. What would you charge for resoling?	નવા સોલ નાંખવાની તું શું કિંમત લેશે?	Nava sol nankha-vani tun shun kimmat leshe?
4. Don't use nails, stitch it.	ખીલી નહીં લગાવતા, સિલાઇ કરજો.	Khili nahin laga-vata, silai karajo.
5. I need white laces.	મને સફેદ દોરીઓ જોઈએ છે.	Mane safed dorio joiye chhe.

(2) Watch-maker ઘડિયાળ રિપેર કરનાર

6. What is wrong with your watch?	તમારી ઘડિયાળમાં શું ખામી છે?	Tamari gadial man shun khami chhe?
7. This watch gains eight minutes a day?	આ ઘડિયાળ આઠ મિનિટ આગળ ચાલે છે.	A ghadial ath minit agaj chale chhe.
8. That watch loses six minutes in 24 hours.	એ ઘડિયાળ ચોવીસ કલાક છ મિનિટ પાછળ ચાલે છે.	E ghadial chovis kalak man chha minit pachhaj chale chhe.
9. Did you drop this watch?	આ ઘડિયાળ તમારાથી પડી ગયેલું?	A ghadial tama-ra thi padi gaye-gayelun?

10. The balance of his watch is broken.	આ ઘડિયાળની સોય તૂટી ગઈ છે.	A ghadial ni soy tuti gai chhe.

(3) Tailor દરજી

11. Is there any good tailor's shop?	અહીંયા કોઈ સારા દરજીની દુકાન છે?	Ahinya koi sara darjini dukan chhe?
12. I want to have suit stitched.	મારે એક સુટ શીવડાવવો છે.	Mare ek sut shi-vadavavo chhe.
13. Would you like loose-fitting.	તમને શું ઢીલું ફિટિંગ પસંદ છે?	Tamane shun dhilun fiting pasand chhe?
14. No, I would like tight-fitting.	ના, મને ટાઈ ફિટિંગ જોઈએ છે.	Na, mane tait fiting joiye chhe.
15. Is the shirt ready?	મારું ખમીસ તૈયાર છે ?	Marun khamis taiyar chhe?
16. Yes. I have only to iron it.	હા, મારે ફક્ત ઈસ્ત્રી કરવાની બાકી છે.	Ha, mare fakta istri karvani baki che.

(4) Hair-dresser હજામ

17. How long do I have to wait?	મારે કેટલો સમય પ્રતીક્ષા કરવી પડશે?	Mare ketalo samay pratiksha karvi padashe?
18. What do you charge for a clean shave?	પૂરી સાફ દાઢી બનાવવાનું તમે શું લો છો ?	Puri sat dadhi banavvanun tame shun to chho?
19. Please sharpen the razor.	કૃપા, અસ્ત્રાની ધાર કાઢી લો.	Kripaya, astrani dar kadhi lo.
20. Your razor is blunt.	તમારા અસ્ત્રાની ધાર બૂઠી છે.	Tamara astrani dhar buthi chhe.
21. Cut my hair, but not too short.	મારા વાળ કાપો, પરંતુ બહુ નાના નહીં.	Mara val kapo, parantu bahu nana nahin.

(5) Grocer મોદી

22. This is fair price shop.	આ ઉચિત દરની દુકાન છે.	A uchit darni dukan chhe.
23. 'Fixed price' and 'No credit'–these are our motos.	'એક જ ભાવ' અને 'ઉધાર નહીં એ અમારા નિયમ છે.	'Ekaj bhav' ane 'udhar nahin' e amara niyam chhe.
24. We arrange home delivery.	અમે ઘરે સામાન પહોંચાડીએ છીએ.	Ame ghare sa0 man pahoncha-die chhie.
25. Please give me one kg. pure Desi Ghee.	કૃપયા મને ૧ કિલો દેશી ઘી આપો.	Kripaya, mane ek kilo deshi ghi apo.
26. How much is the bill?	બિલ શું થયું?	Bill shun thayun?

(6) Dry Cleaner/Washermen ડ્રાયક્લીનર/ધોબી

27. I must have these clothes within a week.	મને આ કપડાં એક અઠવાડિયામાં જોઈએ જ.	Mane a kapada ek athavadia man joiye ja.
28. I want this suit dry-cleaned.	મારે આ સૂટ ડ્રાયક્લીન કરાવવો છે.	Mare a sut dry-clin karavavo chhe.
29. This shirt is not properly washed.	આ ખમીસ બરાબર ધોવાયેલું નથી.	A khamis barabar dhovayelun nathi.
30. These are silken clothes. Wash them carefully.	આ રેશમી કપડાં છે. એને ધ્યાનથી ધોજો.	A reshmi kapa-dan chhe. Ene dhyan thi dhojo.
31. The trousers are badly ironed.	પાટલૂનો બરાબર અસ્રી થયા નથી.	Patluno barabar astri thaya nathi.
32. You must take them back.	તું આને પાછા લઈ જા.	Tun ane pacha lai ja.
33. Your charges are too much.	તારા ભાવ બહુ વધારે છે.	Tara bhav bahu vadhare chhe.
34. Of course, we have a prompt service.	બિલકુલ, અમે સમય પર કામ કરી આપીએ છીએ.	Bilkul, ame sam-aya par kam kari aie chhiye.

34TH STEP
ચોંત્રીસમી સીડી

FOODS & DRINKS
ખાદ્યસામગ્રી અને પીણાં

1. I am feeling hungry.	મને ભૂખ લાગી છે.	Mane bhukh lagi chhe.
2. Come, let us take our food.	મને સારું ભોજન ક્યાંથી મળી શકશે ?	mane sarun bhojan kyan mali shakashe?
3. Come, let us take our food.	આવો, આપણે ખાઈએ.	Ao, apane khaiye.
4. What will you have?	તમે શું લેશો ?	Tame shun lesho?
5. Please give me the menu.	કૃપયા, મને મેનૂ આપો.	kripaya, mane menu apo.
6. Get the breakfast ready.	નાસ્તો તૈયાર કરો.	Nasto taiyar karo.
7. Please have your food with us today.	કૃપયા, આજે તમે ભોજન અમારી સાથે કરો.	Kripaya, aje tame bhojan amari sathe karo.
8. Do you have a special diet?	તમારો કોઈ વિશેષ આહાર છે ?	Tamaro koi vishesh ahar chhe?
9. Do you prefer sweet or salty dish?	તમને ગળી વાનગી પસંદ છે કે મીઠાવાળી ?	Tamane gali vanagi pasand chhe ke mithavali?
10. Please give me Gujarati dishes.	કૃપયા મને ગુજરાતી વાનગીઓ આપજો.	Kripaya mane Gujarati vanagio apajo.
11. Please give me sait and pepper.	કૃપયા મને મરી અને મીઠું આપો.	Kripaya mane mari ane mithun apo.
12. The mango is my favourite fruit.	કેરી મારું પ્રિય ફળ છે.	Keri marun priya fal chhe.

13. What would you like to prefer-Indian to Continental food?	તમે શું પસંદ કરશો-દેશી કે વિદેશી ભોજન ?	Tame shun pasand karasho-deshi ke videshi bhojan?
14. Which drink would you like to have-Campa or Limca?	તમે કયું પીણું પસંદ કરશો-કેપા કે લિમ્કા?	Tame kayun pinun pasand karasho-kempa ke limka?
15. Please give me a cup of coffee.	કૃપયા મને એક કપ કોફી આપો.	Kripaya, mane ek kap kofi apo.
16. Would you like to have whisky?	તમે વ્હિસ્કી લેવાનું પસંદ કરશો?	Tame whiski levanun pasand karasho?
17. No sir, I will drink beer.	નહીં શ્રીમાન, હું બીયર પીશ.	Nahin shriman, hun biyar pish.
18. Pleasse give me a little more water.	કૃપયા, મને થોડું પાણી વધારે આપો.	Kripaya, mane thodun pani vadhare apo.
19. I am vegetarian, I can not take non-vegetarian dish.	હું શાકાહારી છું-હું માંસાહારી આહાર, નહીં ખાઈ શકું.	Hun shakahari chhun-hun mansahari ahar nahin khai sakun.
20. Food has been served.	ખાવાનું પીરસી દીધું છે.	Khavanun pirsi didhun chhe.
21. The food is quite tasty.	ખાવાનું બહુ સ્વાદિષ્ટ બન્યું છે.	Khavavanu bahu svadishta banyun chhe.
22. You have eaten very little.	તમે બહુ જ થોડું ખાધું છે.	Tame bahu ja thodu khadun chhe.
23. Please give me some appetizer.	કૃપયા મને કોઈ એપેટાઇઝર પીણું આપો.	Kripaya mane koi appetizer pinun apo.
24. I have to go to a party.	મારે એક પાર્ટીમાં જવાનું છે.	Mare ek partiman javanun chhe.

25. Please bring some milk for me.	કૃપયા મારા માટે થોડું દૂધ લાવો.	Kripaya, mara mate thodun dudh lavo.
26. Please put only a little sugr in the milk.	કૃપયા, દૂધમાં બહુ જ થોડી સાકર નાંખો.	Kripaya dudhman bahu ja thodi sakar nankho.
27. Please have this soft drink.	કૃપયા, આ શરબત પીઓ.	Kripaya, a shar-bat poo.
28. Have a little more.	થોડું વધારે લેશો.	Thodún vadhare lesho.
29. Bring a cup of tea.	એક કપ ચાહ લાવજો.	Ek kap chah lavajo.
30. I dont like tea.	મને ચાહ પસંદ નથી.	Mane chah pasa-nd nathi.
31. Thanks, I am fully gratified.	આભાર, હું બહુ જ તૃપ્ત થયો છું.	Abhar, hun bahu ja trupt thayo chhun.
32. Please give me the bill.	કૃપયા, મને બિલ આપો.	Kripaya, mane bill apo.
33. Is the service charges included?	આમાં સેવાદર લગાવેલો છે ?	Aman sevadar lagavelo chhe?
34. No sir, that is extra?	નહીં શ્રીમાન, એ વધારે થશે.	Nahin shriman, e vadhare thashe
35. Please help me to wash my hands.	કૃપયા મને હાથ ધોવડાવવામાં મદદ કરશો.	Kripaya, mane hath dhovadava-vaman madad karsho.

35TH STEP
પાંત્રીસમી સીડી

HOTEL AND RESTAURANT
હોટેલ અને રેસ્ટોરાં

1. Which is the best hotel in this city?	આ શહેરમાં બધાથી સારી કઇ હોટેલ છે ?	A shaher man badhathi sari kai hotel chhe?
2. I need a single bed room with attach bath.	મને એક બેડરૂમ બાથરૂમ સાથે જોઈએ છે.	Mane ek bedrum bathrum sathe joie chhe.
3. Will this room suit you?	આ રૂમ તમને પસંદ છે ?	A rum tamane pasand chhe?
4. How much does this room cost per day?	આ રૂમનું એક દિવસનું શું ભાડુ છે ?	A rumnun ek divasnun shun bhadu chhe?
5. I shall stay for two weeks.	હું બે અઠવાડિયા રહીશ.	Hun be athava-diya rahish.
6. The charges for the room is thirty rupees per day.	આ રૂમનું એક દિવસનું ભાડુ ત્રીસ રૂપિયા છે.	A rumman ek divasnun bhadu tris rupiya chhe.
7. Can I have a hot water bath?	શું હું ગરમ પાણીથી ન્હાઇ શકું છું ?	Shun hun garam panithi nhai shajun chhun?
8. Send the room boy to me.	નોકરને મારા રૂમમાં મોકલો.	Nokarne mara rumman mokalo.
9. Is there any letter for me?	મારા માટે કોઈ પત્ર છે ?	Mara mate koi patra chhe?
10. I want another blanket.	મને બીજો ધાબળો જોઈએ છે.	Mane bijo dhablo joie chhe.
11. Change the sheets.	ચાદરો બદલો.	Chadaro badalo.
12. I want one more piliow.	મને એક તકિયો વધારે જોઈએ છે.	Mane ek takio vadhare joie chhe

13. Is there any phone for me?	મારા માટે કોઈ ફોન આવ્યો છે ?	Mara mate koi phon avyo chhe?
14. Please have the room swept.	કૃપયા, રૂમની સફાઈ કરાવી દેજો.	Kripaya, rumni safai karavi dejo.
15. Please bring some postage stamps from the post-office.	કૃપયા, થોડી ડાક-ટિકિટો ડાકઘરથી લાવી આપશો.	Kripaya, thodi dak tikito dak-gharthi lavi apasho.
16. Fetch some fruits for me.	મારા માટે થોડા ફળ લાવશો.	Mara mate thoda phal lavasho.
17. Please give me lunch at 1 P.M. and dinner at 9 P.M.	કૃપયા, મને બપોરનું ભોજન એક વાગે અને રાતનું ભોજન નવ વાગે આપજો.	Kripaya, mane baporanun bho-jan ek vage ane rat nun bhojan nav vage apajo.
18. Wat are the charges for lunch and dinner?	બપોરના અને રાતના ભોજનના શું પૈસા થશે?	Baporna ane ratna bhojanana shun paisa thashe?
19. We charge seven rupees for each diet.	અમે પ્રતિભોજનના સાત રૂપિયા લઈએ છીએ.	Ame pratibhojan sat rupia laie chie.
20. Have you a swimming pool?	તમારે ત્યાં તરવા માટે સ્વિમિંગ પૂલ છે ?	Tamare tyan tar-va mate swim-ming pul chhe?
21. Is ther an extra charge for swimming?	તરવા માટે વધારે પૈસા આપવાના છે ?	Tarva mate vad-hare paisa apa-vana chhe?
22. Is the hotel open for twenty four hours?	આ હોટેલ ચોવીસ કલાક ખુલી છે ?	A hotel chovis kalak khuli chhe?
23. I shall leave early tomorrow.	હું કાલે જલ્દી નીકળીશ.	Hun kale jaldi nikalish.
24. Bring the bill.	બિલ લાવજો.	Bill lavajo.
25. There is a mistake in the bill.	આ બિલમાં ભૂલ છે.	A bil man bhul che.

26. I never ordered the wine.	મેં વાઇન મંગાવ્યો જ નહોતો.	Main wain mangavyo ja nahota.
27. You have included wine in the bill wrongly.	તમે બિલમાં વાઇનના ખોટી રીતે પૈસા લગાવ્યા છે.	Tame bilman walnna khoti rite paisa lagavya chhe.
28. Call the porter.	મજૂરને બોલાવો.	Majurne bolavo.
29. Do you accept cheques?	તમે ચેક લો છો ?	Tame chek lo chho?
30. No, we accept only cash.	નહીં, અમે ફક્ત નગદ લઈએ છીએ.	Nahin, ame phakta nagad laie chhie.
31. Please get me a taxi.	કૃપયા, મારા માટે ટેક્સી મંગાવો.	Kripaya, mara mate taxi mangavo.
32. Pleae ring to the airport to know the timing of Delhi flight.	કૃપયા, એરપોર્ટ ફોન કરી દિલ્હી જવાના પ્લેનનો સમય પૂછજો.	Kripaya, airport phon kari Delhi jawana plenno samay puchajo.
33. I shall come again next month.	હું આવતા મહિને ફરીથી આવીશ.	Hun avata mahina pharithi avish.
34. Thanks for the best services provided by you.	બહુ જ સારી સેવાઓ આપવા માટે તમારો આભાર.	Bahuj sari sevao apava mate tamaro abhar.
35. You are welcome, sir.	તમારું સ્વાગત છે. શ્રીમાન.	Tamarun swagat chhe, shriman.

36TH STEP
છત્રીસમી સીડી

POST OFFICE/TELEPHONE/BANK
ડાકઘર/ટેલીફોન/બેંક

Post Office ડાકઘર

1.	Where can I find a post-office?	ડાકઘર ક્યાં છે?	Dakghar kyan chhe?
2.	Please weigh this parcel.	કૃપયા, આ પાર્સલને તોળો.	Kripaya, a par-chlne tolo.
3.	I want to send some money by the money-order.	મારે થોડા પૈસા મની-ઓર્ડરથી મોકલવા છે.	Mane thoda paisa maniorder thi mokalva chhe.
4.	I want to deposit Rs. two hundred only.	મારે ફક્ત બસો રૂપિયા જમા કરાવવા છે.	Mare phakta baso rupia jama kravava chhe.
5.	I want to draw out Rs. three thousand only.	મારે ફક્ત ત્રણસો રૂપિયા ઉપાડવા છે.	Mare phakta tranaso rupia upadva chhe.
6.	Please give me an Indian Letter.	કૃપયા, મને એક આંતરદેશીય પત્ર આપો.	Kripaya, mane ek antardeshiya patra apo.
7.	How much is for an envelope?	એક પરબીડિયાની શું કિંમત છે ?	Ek parbidiyani shun kimmat chhe?
8.	I want to sent it by the registered post.	મારે આને રજિસ્ટર્ડ ડાક દ્વારા મોકલવું છે.	Mane ane ragis-tard dak dwara mokalvanu chhe.
9.	How much should I ive for a post card?	એક પોસ્ટકાર્ડના મારે શું પૈસા આપવાના છે ?	Ek postcardna shun paisa apva-na chhe?
10.	Pleae give me one rupee postal stamp.	કૃપયા મને એક રૂપિયાવાળા ટિકિટ આપો.	Kripaya, mane ek rupiyavali tikit apo.

11. I want to sent a telegram.	મારે એક તાર મોકલવો છે.	Mare ek tar mokalvo chhe.
12. I want to send some money telegraphically.	મારે તારથી પૈસા મોકલવા છે.	Mare tar thi paisa mokalva chhe.
13. Please give me an aerogram for France.	કૃપયા મને એક આંતરવિદેશીય પત્ર ફ્રાંસ માટે આપશો.	Kripaya, mane ek antarvideshiya patra Frans mate apasho.
14. Plese give me the telephone directory.	કૃપયા મને ટેલીફોન ડિરેક્ટરી આપશો.	Kripaya, mane teliphon directory apasho.

Telephone ટેલીફોન (દૂરભાષ)

15. Where can I ring up?	હું ટેલીફોન ક્યાંથી કરી શકું છું?	Hun teliphon kyanthi kari shakun chhun?
16. This telephone is out of order.	આ ટેલીફોન ખરાબ છે.	A teliphon kharab chhe.
17. I want to book a trunk call for Bhubaneshwar.	મારે ભુવનેશ્વર ટ્રંકકોલ કરવો છે.	Mare Bhuvaneshvar trunkol karvo chhe.
18. Hellow, this is Abha here.	હલ્લો, હું આભા બોલું છું.	Hello, hun Abha bolun chhun.
19. May I talk to Minakshi?	મારી મીનાક્ષી સાથે વાત કરાવશો?	Mari Minakshi sathe vat karavasho?
20. Hellow, Minakshi speaking.	હલ્લો, મીનાક્ષી બોલું છું.	Hallo, Minakshi Hbolun chhun.
21. Please ring me at 8 o'clock.	કૃપયા મને ૮ વાગે ફોન કરજો.	Kripaya mane ath vage phon karjo.

Bank બેંક

22. Where is the Indian Overseas Bank?	ઈંડિયન ઓવરસીઝ બેંક ક્યાં છે ?	Indiyan Oversiz Baink kyan chhe?
23. Can I see the	હું મેનેજરને મળી શકું	Hun manager me

	manager ?	છું?	mali shajun chhun?
24.	I want to open a saving bank account.	હું એક બચત ખાતું ખોલવા માંગું છું.	Hun ek bachat khatun kholva mangun chhun.
25.	Please open a current account in the name of my firm.	કૃપયા, મારી કંપનીના નામનું એક ચાલુ ખાતું ખોલો.	Kripaya, mari kampanina nam-nun ek chalu kha-tun kholo.
26.	I want to deposit money.	મારે પૈસા જમા કરવા છે.	Mare paisa jama karva chhe.
27.	I want to draw out money.	હું પૈસા ઉપાડવા માંગું છું.	Hun paisa upad-va mangun chhun.
28.	Please give me a loose cheque.	કૃપયા મને એક કોરો ચેક આપશો.	Kripaya mane ek koro chek apasho
29.	Please issue me a cheque book con-taining ten cheques.	કૃપયા દસ ચેકવાળી એક કોરી ચેકબુક મને આપશો.	Kripaya das chekvali ek kori chekbuk mane apsho.
30.	Please tell me the balance of my account.	કૃપયા મને મારા પોતાની જમા રાશિ બતાવો.	Kripaya mane mara khatani jama rashi batayo
31.	Please complete my pass book.	કૃપયા મારી પાસ બુક પૂરી કરી આપો.	Kripaya mari pas buk puri kari apo.
32.	I want some loan for buying a colour television.	મને એક રંગીન ટેલીવિઝન ખરીદવા કરજ જોઈએ છે.	Mane ek rangin televizan kharid-va karaj joie chhe.
33.	I want to meet the agent.	હું એજંટને મળવા માંગું છું.	Hun agentne malava mangun chhun.
34.	Is there any of my cheque dishonouted?	શું મારો કોઈ ચેક પાછો ગયો છે ?	Shun maro koi chek pachho gayo chhe?
35.	Servce of this bank is very good.	આ બેંકની સેવા બહુ જ સારી છે.	A bank ni seva bahu ja sari chhe.

37TH STEP
સાડત્રીસમી સીડી

WHILE TRAVELLING
સફર/યાત્રા કરતા સમયે

1. I am going out for a ride. — હું ઘોડા પર સવારી કરવા જાઉં છું. — Hun ghoda par savari karva jaun chhun.

2. Where is the stable? — અસ્તબલ ક્યાં છે ? — Astabal kyan chhe?

3. I want to dismount for a while. — મારે થોડી વાર માટે નીચે ઉતરવું છે. — Mane thodi var mate niche utar-vun chhe.

4. Don't whip him. — એને ચાબુક નહીં મારો. — Ene chabuk nahin maro.

5. Give him some grass. — એને થોડું ઘાસ આપો. — Ene thodun ghas apo.

6. Take off the spurs. — એના ખીલા કાઢી લો. — Ena khila kadhi lo.

7. I wish to go by car. — હું મોટરગાડીમાં જવા માંગું છું. — Hun motargadi man java mangu chhun.

8. Its wheel is not good. — એનું પૈડું સારું નથી. — Enun paidun serun nathi.

9. Where does this road lead to ? — આ રસ્તો ક્યાં જાય છે ? — A rasto kyan jay chhe?

10. Leave the car here. — મોટરગાડીને અહીંયા છોડી દો. — Motargadi ne ahinya chodi do.

11. Parking is prohibited. — વાહન ઊભા રાખવાની મનાઈ છે. — Vahan ubha rakh-vani manai chhe.

12. Does this tram-way pass near the railway station? — આ ટ્રામની પટરી રેલ્વે સ્ટેશન પાસે થઈને જાય છે ? — A tramni patari raiwe steshan pase thaine jay chhe?

118

13. When will this bus start?	આ બસ ક્યારે ચાલશે?	A bus kyare chelshe?
14. Let me know when we shall reach Kashmir.	મને જણાવો કે આપણે કાશ્મીર ક્યારે પહોંચીશું?	Manc janavo ke apane Kashmir kyare pahonchi-shun?
15. I wish to roam by shikara.	મને શિકારામાં ફરવાની ઇચ્છા છે.	Mane shikarama phavani ichha chhe.
16. Where is the booking office?	ટિકિટઘર ક્યાં છે ?	Tikitghar kyan chhe?
17. Is there anything worth seeing?	શું ત્યાં ખાસ જોવાલાયક સ્થળ છે ?	Shun tyan khas jovalayak sthal chhe?
18. Kindly move a little.	કૃપયા થોડા ખસજો.	Kripaya thoda khasjo.
19. I am going to Bombay today.	હું આજે મુંબઈ જઈ રહ્યો છું.	Hun aje Mum-bai jai rahyo chhun.
20. When des the next train start?	આના પછીની રેલગાડી ક્યારે જાય છે ?	Ana pachini rel-gadi kyare jay chhe?
21. Where is the luggage booking office?	સામાન જમા કરાવવાની ઑફિસ ક્યાં છે ?	Saman jama kar-avanani ofis kyan chhe?
22. How much to pay for luggage?	સામાન માટે કેટલા પૈસા આપવાના છે ?	Saman mate ket-ala paisa apvana chhe?
23. Get my seat reserved.	મારી જગ્યા આરક્ષિત કરાવી લો.	Mari jagya arak-shit karavi lo.
24. Where is the platform No. 6?	પ્લેટફોર્મ નં. ૬ ક્યાં છે ?	Platform no. 6 kyan chhe?
25. Over the bridge	પુલની બીજી બાજુ.	Pulni biji baju.
26. Please go by the undergraound passage.	કૃપયા જમીનના નીચેના રસ્તાથી જાઓ.	Kripaya jaminna nichena rastathi jao.

27. There is a dining car in the train.	રેલગાડીમાં ભોજન કરવાની જગ્યાનો ડબ્બો છે.	Ralgadi man bhojan karvani jagyano dabbo chhe.
28. There is no seat available.	અહીં કોઈ જગ્યા ખાલી નથી.	Ahin koi jagya khali nathi.
29. The bus is very crowded.	બસમાં પુષ્કળ ગડદી છે.	Busman pushkal gadadi chhe.
30. Do not get down from the running bus.	ચાલતી બસમાંથી નીચે ના ઊતરો.	Chalti busman thi niche na utaro
31. Our bus is in motion.	આપણી બસ ચાલી રહી છે.	Apani bus chali rahi chhe.
32. How much do you charge for a child?	તમે નાના બાળકનું શું ભાડું લો છો ?	Tame nana balakuun shun bhaun to chho?
33. Take me to the aerodrome.	મને એરોડ્રોમ લઈ જાઓ.	Mane arodrom lai jao.
34. Please issue me a return ticket for Singapore.	કૃપયા મને સિંગાપોર જવાની અને પાછા આવવાની ટિકિટ આપો.	Kripaya mane Singapor javani ane pacha avvani tikit apo.
35. Our plane reached Singapore in time.	અમારું વાયુયાન સિંગાપોર સમય પર પહોંચ્યું.	Amarun vayuyan Singapor samay par pahonchun.

38TH STEP
આડત્રીસમી સીડી

HEALTH & HYGIENE
સ્વાસ્થ્ય અને સ્વાસ્થ્ય સુરક્ષા

1. Helth is wealth.	સ્વાસ્થ્ય જ પૂંજી છે.	Svasthya ja punji chhe.
2. Prevention is better than cure.	ઈલાજ કરતાં પરેજ વધારે સારો છે.	Ilaj kartan paraj vadhare saro chhe.
3. She is very tired.	એ બહુ થાકેલી છે.	E bahu thakeli chhe.
4. My health has broken down.	મારી તબિયત ખરાબ થઈ ગઈ છે.	Mari tabiyar kharab thai gai chhe.
5. He has recovered.	એ સ્વસ્થ થઈ ગયો છે.	E svastha thai gayo chhe.
6. I am feeling sleepy.	મને ઊંઘ આવે છે.	Mane ungh ave chhe.
7. We should not sleep in day time.	આપણે દિવસમાં સૂવું નહીં જોઈએ.	Apane divas man suvun nahin joie.
8. Will you come for a walk?	તમે સાથે ચાલવા આવશો?	Tame sathe chalva avasho?
9. He is better than yesterday.	ગઈકાલેથી આજે એ વધારે સારો છે.	Gai kalthi aje e vadhare saro chhe.
10. I am not well today.	આજે મને સારું નથી.	Aje mane sarun nathi.
11. Will you not take the medicine?	તું દવા નહીં લે ?	Tun dava nahin lo ?
12. How is your father?	તમારા પિતાજી કેમ છે ?	Tamara pitaji kem chhe?

13. Let me feel your pulse.	મને તમારો નાડી તપાસવા દો.	Mane tamari nadi tapasava do.
14. I am feeling out of **sorts** today.	આજે મને ઠીક નથી લાગતું.	Aje mane thik nathi lagtun.
15. The patient is sinking.	રોગીનું દિલ બેસી રહ્યું છે.	Roginun dil besi jahyun chhe.
16. I suffer from indigestion.	મને પેટની ગડબડની તકલીફ છે.	Mane pet ni gad-bad ni taklif chhe.
17. She feels nousea.	એને ગભરામણ થાય છે.	Ene gabharaman thaya chhe.
18. Do you feel dizzy?	તને ચક્કર આવે છે ?	Tane chakkar ave chhe?
19. She is out of danger now.	એ હવે ખતરાની બહાર છે.	E have khatra ni bhar chhe.
20. The child is cutting the teeth.	આ બાળકને દાંત નીકળી રહ્યા છે.	A balak ne dant nikli rahya chhe.
21. How many doses have you taken?	તમે કેટલા ભાગ લીધા છે ?	Tame ketala bhag lidha chhe?
22. I suffer from severe consti-pation.	મને તીવ્ર કબજિયાતની તકલીફ છે.	Mane tivra kab-jiyatni taklif chhe.
23. You had a chronic fever.	તમને જૂનો તાવ હતો.	Tamne juno tav hato.
24. I have sore-throat.	મારું ગળું ખરાબ છે.	Marun galun kharab chhe.
25. Had she a heada-che?	એનું માથું દુઃખતું હતું?	Enun mathun dukhtun hatun?
26. She has pain in her stomach.	એને પેટમાં દુઃખે છે.	Ene petman dukhe chhe.
27. Is he suffering from cold?	એને શરદી થઇ છે ?	Ene sharadi thai chhe.
28. Show me your tongue?	મને તમારી જીભ બતાવો.	Mane tamari jibh batavo.
29. She has lost her appetite.	એની ભૂખ મરી ગઇ છે.	Eni bhukh mari gai chhe.

30. I have got a boil.	મને ગુમડું થયું છે.	Mane gumdun thayun chhe.
31. Her gums are bleding!	એના પેઢામાંથી લોહી નીકળે છે.	Ena pedhaman- thi lohi nikale chhe.
32. Send for a doctor.	ડૉક્ટરને બોલાવો.	Doktame bolavo.
33. She has pain in the liver.	એના કાળજામાં પીડા છે.	Ena kalja man pida chhe.
34. You shall have some motions.	તમને થોડા ઝાડા થશે.	Tamne thoda zada tháshe.
35. The physician will call next morning?	ચિકિત્સા કરવાવાળો કાલે સવારે આવશે.	Chikitsa karva- valo kale savare avshe.

39TH STEP
ઓગણચાળીસમી સીડી

WEATHER
મોસમ

1. It is spring season.	આ વસંત ઋતુ છે.	A vasant ritu chhe.
2. It is summer.	આ ગ્રીષ્મ ઋતુ છે.	A grishma ritu chhe.
3. It is autumn.	આ પતઝડ ઋતુ છે.	A patzad ritu chhe.
4. It is winter.	આ શીત ઋતુ છે.	A shit ritu chhe.
5. It is very hot today.	આજે ખૂબ જ ગરમી છે.	Aje khub ja garmi chhe.
6. It is very cold today.	આજે ખૂબ જ ઠંડી છે.	Aje khub ja thandi chhe.
7. This is fine weather.	આ સરસ આબોહવા છે.	A saras abohava che.
8. What wretched today!	આજે કેટલો ખરાબ દિવસ છે.	Aje ketalo kharab divas chhe.
9. It is raining.	વરસાદ થઇ રહ્યો છે.	Varsad thai rahyo chhe.
10. It is drizzling.	ઝરમર ઝરમ થઇ રહ્યું છે.	Zarmar Zarmar tai rahyun chhe.
11. Has the moon risen?	ચંદ્રમા નીકળ્યો છે ?	Chandrama nikalyo chhe?
12. It has stopped raining.	વરસાદ બંધ થઈ ગયો છે.	Varsad bandh thai gayo chhe.
13. She will catch cold.	એને ઠંડી લાગી જશે.	Ene thandi lagi jashe.
14. Does it still rain?	હજુ પણ વર્ષા થઇ રહી છે ?	Haju pan varsha tha rahi chhe?
15. In rainy season, we wear raincoat.	વર્ષા ઋતુમાં આપણે રેનકોટ પહેરીએ છીએ.	Varsha rita man apane rencot pahene chie.
16. I am shivering.	મને કંપારી આવે છે.	Mane kampari ave chhe.
17. I am perspiring.	મને પરસેવો આવી	Mane parsavo avi

	રહ્યો છે.	rahyo chhe.
18. I am drenched.	હું ભીંજાઇ ગયો છું.	Hun bhinjai gayo chhun.
19. Cool air is blowing.	ઠંડી હવા ફૂંકાઇ રહી છે.	Thandi hava phunkai rahi chhe.
20. What a strong wind!	કેવો જોરથી પવન ફૂંકાય છે.	Kevo jorthi pawan phunkay chhe.
21. The weather is changing.	મોસમ બદલાઇ રહી છે.	Mosam badlai rahi chhe.
22. The sky is cloudy.	આકાશ વાદળોથી છવાયેલું છે.	akash vadalothi chavayelun chhe.
23. The sky is clear.	આકાશ સાફ છે.	Akash saf chhe.
24. It lightens.	વીજળી ચમકી રહી છે.	Vijali chamki rahi chhe.
25. It thunders.	વાદળો ગરજી રહ્યા છે.	Vadalo garji rahya chhe.
26. The sun is invisible.	સૂરજ દેખાઇ નથી રહ્યો.	Suraj dekhai nathi rahyo.
27. It is like a spring day.	આ વસંત ઋતુના જેવો દિવસ છે.	A vasant ritu na jevo divas chhe.
28. The heat is unbearable.	આ ગરમી અસહ્ય છે.	A garmi asahya chhe.
29. It is bright fortnight.	આ શુક્લ પક્ષ છે.	A shuklapaksha chhe.
30. It is later part of the night.	આ મધરાત પછીનો સમય છે.	A madhrat pachino samay chhe.
31. What a beautiful the rainbow is!	કેટલું સુંદર ઈન્દ્રધનુષ છે !	Ketalun sundar indradhanush chhe.
32. It is raining in heavy torrents.	મૂળશધાર વરસાદ પડી રહ્યો છે.	Mushaldhar varvarsad padi rahyo chhe.
33. It is hailing badly.	બહુ જ પ્રમાણમાં કરા પડી રહ્યા છે.	Bahuj praman kara man padi ahya.
34. Would you like an umbrella?	તમને છત્રી જોઈશે ?	Tamane chatri joishe?
35. What a fine the climate is!	આબોહવા કેટલી સરસ છે.	Abohava ketli saras chhe!

40TH STEP
ચાળીસમી સીડી

TIME
સમય

1.	Look at the watch.	ઘડિયાળમાં જૂઓ.	Gadhialman juo.
2.	What is the time?	કેટલા વાગ્યા છે ?	Ketala vagya chhe?
3.	What is the time by your watch?	તમારા ઘડિયાળમાં કેટલા વાગ્યા છે ?	Tamara ghadial-man ketla vagya chhe?
4.	What o'clock is it?	કેટલા વાગ્યા છે ?	Ketla vagya chhe?
5.	It is exactly 7 o'clock.	બરાબર સાત વાગ્યા છે.	Barabar sat vag-ya chhe.
6.	It is half past nine.	સાડા નવ વાગ્યા છે.	Sada nav vagya chhe.
7.	It is quarter past thee.	સવા ત્રણ વાગ્યા છે.	Sava tran vagya chhe.
8.	It is quarter to four.	પોણા ચાર વાગ્યા છે.	Pona char vagya chhe.
9.	It is five mintes past five.	પાંચ વાગ્યાને ઉપર પાંચ મિનિટ થઇ છે.	Panch vagyane upar panch minit thai chhe.
10.	It is ten minutes to six.	છ વાગ્યામાં દસ મિનિટ બાકી છે.	Chhah vagya man das minit baki chhe.
11.	It is already half past four.	સાડા ચાર વાગી ચુક્યા છે.	Sada char vagi chukya chhe.
12.	She will reach at one and a quarter o'clock.	એ સવા એક વાગે એક વાગે પહોંચશે.	E sava ek vage pahonchashe.
13.	We reached the office at twenty-	અમે દસ વાગીને પચીસ મિનિટે	Ame das vagine pachis minite

	five minutes past ten.	કાર્યાલય પહોંચ્યા.	karyalaya pahon-chya.
14.	The bank was looted in the broad daylight.	ભરદિવસે એ બેંક લૂંટાઈ ગઈ.	Bhardivase e bank lunti gai.
15.	The market is closed on Monday.	આ બજાર સોમવારે બંધ રહે છે.	A bajar Somvare bandh rahe chhe.
16.	We take lunch at half past one.	અમે બપોરનું ભોજન દોઢ વાગે કરીએ છીએ.	Ame bapornun bhojan dodh vace karie chie.
17.	This shop reopens at half past two.	આ દુકાન ફરીથી અઢી વાગે ખુલે છે.	A dukan pharithi adhi vage khule chhe.
18.	It is ten A.M.	સવારના દસ વાગ્યા છે.	Savama das vagya chhe.
19.	We leave the office exactly at five P.M.	અમે ઓફિસથી સાંજે બરાબર પાંચ વાગે નીકળીએ છીએ.	Ame ofis thi sanje barabar panch vage nik-alie chhie.
20.	Is your wrist watch slow?	શું તમારું કાંડા ઘડિયાળ ધીમું ચાલે છે.	Shun tamarun kanda ghadial dhimun chale chhe?
21.	Is this time-piece fast?	આ ડબ્બા ઘડિયાળ આગળ ચાલે છે ?	A dabba ghadial agal chale chhe?
22.	It is office-clock not exact?	ઓફિસનું ઘડિયાળ બરાબર સમય નથી બતાવતું?	Offis nun ghadial barabar samay nathi batavatun ?
23.	My pen watch has stopped.	મારું પેન-ઘડિયાળ બંધ થઈ ગયું છે.	Marun pen-gha-dial bandh thai gayun chhe.
24.	It is time to rise.	ઉઠવાનો સમય થઈ ગયો છે.	Uthavano samay thai gayo chhe.
25.	You are half an hour late.	તમે અડધો કલાક મોડા છો.	Tame aradho kalak moda chho.

26. She is ten minutes early.	એ દસ મિનિટ વહેલી છે.	E das minit vaheli chhe.
27. It is midnight.	અત્યારે મધરાત છે.	Atyare madhrat chhe.
28. My mother gets up early in the morning.	મારી મા વહેલી સવારે ઊઠે છે.	Mari ma vaheli savare uthe chhe.
29. Last month, we were not here.	ગયા મહિને આપણે અહીંયાં નહોતા.	Gaya mahine apane ahinyan nahota.
30. We shall remain here this month.	અમે અહીંયા આ મહિનો રહીશું.	Ame ahiyan a mahino rahishun.
31. I shall go to Simla next month.	હું આવતા મહિને સિમલા જઈશ.	Hun avta mahine Simla jaish.
32. We are in trouble since 15th August.	આપણે ૧૫ ઓગસ્ટથી કષ્ટમાં છીએ.	Apane 15 Ogast kashta man chie.
33. What is the date today?	આજે શું તારીખ છે ?	Aje shun tarikh chhe?
34. Why had you come yesterday?	તું ગઈકાલે કેમ આવેલો?	Tun gai kale avelo?
35. Come tomorrow at 7 o'clock.	કાલે ૭ વાગે આવજે.	Kale sat vage avaje.

[PART 5–STEPS 41 TO 50]

41TH STEP
એકતાળીસમી સીડી

LET US TALK
આવો, વાતોચીતો કરીએ

INTRODUCTION	પરિચય	
1.	**1.**	**1.**
How do you do?	તમે કેમ છો ?	Tame kem chho?
Tell me, please, are you a students?	મને કહ્યો, કૃપયા કરી, તમે વિદ્યાર્થી છો ?	Mane kaho, kripya kari, tame vidharthi chho?
Yes, I am a student.	હા, હું વિદ્યાર્થી છું.	Ha, hun vidyarthi chhun.
What is your name?	તમારું નામ શું છે ?	Tamarun nam shun chhe.
My name is Pranav chakravarti.	મારું નામ પ્રણવ ચક્રવર્તી છે.	Marun nam Pra-Chakravarti chhe.
Are you a Assame or a Bengali?	તમે આસામી છો કે બંગાળી ?	Tame Asami chho ke Bangali?
No. I am a Marathi.	ના, હું મરાઠી છું.	Na, hun Marathi chun.
2.	**2.**	**2.**
Tell me, please, who is she?	બતાઓ, કૃપયા કરી, એ કોણ છે ?	Batavo, kripaya kari e kon chhe?
She is my friend Abha.	એ મારી બહેનપણી આભા છે.	E mari bhenpani Abha chhe.
Is she a student?	શું એ છાત્રા છે ?	Shun e chatra chhe?
No, she s a translator and works in the Govt office.	ના, એ એક અનુવાદક છે અને સરકારી કાર્યાલયમાં કામ કરે છે.	Na, e ek anuvadak chhe ane sarkari karyalaya man kam kare chhe.

Thanks, Good-bye	આભાર, આવજો.	Abhar, avjo

ABOUT LEARNING LANGUAGE ભાષા શીખવાની બાબતમાં

3.	**3.**	**3.**
Hellow, do you speak Hindi?	કેમ, તમે હિન્દી બોલો છો ?	Kem, tame hindi bolo chho?
Yes, I speak Hindi a little.	હા, હું થોડી હિન્દી બોલું છું.	Ha, hn thodi hindi bolun chhun.
What is your caste?	તમારી જાત શું છે ?	Tamari jat shun chhe?
My caste is Kelkar.	મારી જાત કેલકર છે.	Mari jat Kelkar chhe.
I am Ashok Kelkar.	હું અશોક કેલકર છું.	Hun Ashok Kelkar chuun.
You speak Hindi very well.	તમે હિન્દી બહુ જ સારી બોલો છો.	Tame hindi bahu ja sari bolo chho
Do you think so? I am studying Hindi in college. I want to speak Hindi well.	તમે એવું વિચારો છો ? હું કૉલેજમાં હિન્દી ભણું છું. મારે હિન્દી સારી રીતે બોલવી છે.	Tame evun vicharo chho? Hun kolejman hindi bhanun chun. Mare hindi sari rite bolavi chhe.
Does your Hindi teacher speak Hindi in class?	તમારા હિન્દીના શિક્ષક કક્ષામાં હિન્દી બોલે છે ?	Tamara hindina shikshak kaksha man hindi bole chhe?
Of course! He speaks Hindi fluently.	નિ:સંદેહ ! એ હિન્દી સારી રીતે બોલે છે.	Ni:sandesh! e hindi sari rite bole chhe.
Do you understand when the teacher speaks Hindi ?	જ્યારે શિક્ષક હિન્દીમાં બોલે છે તો તમને સમજાય છે ?	Jyare shikshak hindiman bole chhe to tame samajay chhe?
Yes, we understand when he speaks fast.	હા, જ્યારે એ જલ્દી બોલે છે તો અમે સમજી લઈએ છીએ.	Ha, jyare e jaldi bole chhe to ae samazi laie chie.
Do you speak Hindi at home?	શું તમે ઘરે હિન્દીમાં બોલો છો ?	Shun tame gha- re hindi man

		bolo chho?
Of course not! My family members do not speak Hindi. They speak only Marathi.	નિઃસંદેહ! મારા કુટુંબના લોકો હિન્દી નથી બોલતા, એ લોકો મરાઠી બોલે છે.	Ni-sandesh! mara kutumbna loko hindi nathi bolta. E loko fakta marathi bole chhe.
Therefore, we speak only Marathi at home.	એટલે અમે ફક્ત ઘરે મરાઠીમાં જ બોલીએ છીએ.	Etle ame fakta ghare marathi manj bolie chie.
But you speak Hindi very well.	પણ તમે હિન્દી બહુ જ સારું બોલો છો.	Pan tame hindi bhuj sarun bolo chho.
Thank you very much!	તમારો ખૂબ જ આભાર.	Tamaro khubaj abhar.

VILLAGE VERSUS CITY ગામડા અને શહેર વચ્ચે

4.	4.	4.
You live in the village, but go to the city to work. Do you prefer to live in th village?	તમે ગામડામાં રહો છો પરંતુ શહેરમાં કામે જાઓ છો. તમને ગામડામાં રહેવાનું વધારે પસંદ છે ?	Tame ghamda man raho chho parantu shahe-raman kame jao chho. Tamne gamadaman rahevanun vad-hare pasand chhe?
Oh, Yes! I prefer to live there. But I also live the city.	હા જી! હું ત્યાં રહેવાનું વધારે પસંદ કરું છું. પરંતુ મને શહેર પણ પસંદ છે.	Ha ji! Hun tyan rahevanun va-dhare pasand karun chhun. parantu mane shaher pan pas-and chhe.
Why do you like the city?	તમને શહેર કેમ પસંદ છે ?	Tamane shaher kem pasand chhe?
In the city. there are theatres, museums, libraries and universi-ty, etc.	શહેરમાં થિયેટરો, સંગ્રહાલયો, પુસ્તકાલયો અને વિશ્વવિદ્યાલય વગેરે હોય છે.	Shaherman thi yetaro, sangra-halayo, pustak alayo ane vish-

But there are also factorie, buses, trucks and cars. Everywhere there are crowds and noise.

પરંતુ ત્યાં કારખાનાઓ, બસો, ટ્રકો, ગાડીઓ પણ હોય છે. બધે જ ગડંદી અને ઘોંઘાટ હોય છે.

vavidhyalaya vagere hoy chhe. Parantu tyan karkhanao. buso, trako, gadio pan hoy chhe. Badhe ja gadadi ane ghonghat hoy chhe.

Quite right. That is why I prefer to live in the village, although I do work in the city. In the village, it is quite; the air is fresh.

બિલકુલ બરાબર. એટલે જ હું ગામડામાં રહેવાનું વધારે પસંદ કરું છું, જોકે હું શહેરમા કામ કરું છું. ગામડામાં, શાંતિ હોય છે અને હવા સ્વચ્છ હોય છે.

Bilkul bharabar. Etle ja hun gamadanun rahevanun vadhare pasand karun chhun, jo ke hun shaherman kam karun chhun. Gamadaman shanti hoy chhe ane hawa swachchha hoy chhe.

And does your wife like life in the village?

અને શું તમારી પત્નીને ગામડાની જિંદગી પસંદ છે ?

Ane shun tamari patnine gamdani jindagi pasand chhe?

She likes it every much. However, now and then she goes to the city to buy clothes and other things.

એને એ ઘણું જ પસંદ છે, જોકે, ઘણીવાર એ શહેર કપડાં અને બીજી વસ્તુઓ ખરીદવા જાય છે.

Ene e ghanun ja pasand chhe. Joke, ghanivar a shaher kapadan ane biji vastuo kharidava jay chheo.

However, our family members are happy in the village.

તો પણ, અમારા કુટુંબના સદસ્યો ગામડામાં ખુશ છે.

To pan, amara kutumbna sadasyo gamadaman khush chhe.

132

LEARNING OF LANGUAGE ભાષા શીખવી

5.	5.	5.
Hello, Nambiar, how are you?	શ્રી, નાંબીયાર, તમે કેમ છો ?	Shri. Nambiar, tame kem chho?
Very well, thank you.	બહુ સારો છું, આભાર	Bahu saro chh-un, adhar.
And how is your family?	અને તમારો પરિવાર કેમ છે?	Ane tamaro pa-rivar kem chhe?
Thanks, all are well.	આભાર, બધા સ્વસ્થ છે.	Abhar, badha swastha chhe.
But the way, I hear that you have been studying Gujarati for sometime now.	એમ તો, મેં સાંભળ્યું છે કે તમે થોડા સમયથી ગુજરાતી ભણો છો.	Em to, main sambhalyun chhe ke tame thoda samay thi gujarati bhano chho.
That is true, I want to read, speak and write Gujarati.	એ સાચું છે, મારે ગુજરાતી વાંચવું , બોલવું છે ને લખવું છે.	E sachun chhe, mare gujarati vanchavun chhe, bolvun chhe ne lakhvun chhe.
Do you find that Gujarati language is difficult?	તમને એમ લાગે છે કે ગુજરાતી ભાષા અઘરી છે?	Tamne em lage chhe ke gujarati bhasha aghari chhe?
It seems difficult to foreigners; but I am making progress.	પણ હું પ્રગતિ કરી રહ્યો છું.	Pan hun pragati kari rahyo chhun.
Excellent! you are already speaking Gujarati well.	બહુ સરસ, તમ તો અત્યારથી જ ગુજરાતી સરસ બોલો છો.	Bahu saras, tame to atyar-thi j gujarati saras bolo chho.
Thanks! I want to spoeak still better.	આભાર! મારે આનાથી પણ વધારે સારું બોલવું છે.	Abhar! Mare anathi pan vad-hare sarun bol-vun chhe.
Your enthusiasm is praiseworthy.	તમારો ઉત્સાહ પ્રશંસા કરવા જેવો છે.	Tamaro utsah prashar sa kar-va jevo chhe.

42TH STEP
વેંતાળીસમી સીડી

BETWEEN TWO FRIENDS
બે મિત્રોની વચમાં

Minakshi-Hallo. How are you madam?	મીનાક્ષી-તમે કેમ છો શ્રીમતી?	Tame kem chho shrimati?
Garima-Pretty well, thanks. And you?	ગરિમા-આભાર, સારી છું. અને તમે?	Abhar, sari chh-un. Ane tame?
Minakshi-I am fine, thanks.	મીનાક્ષી-હું સારી છું, આભાર.	Hun sari chhun. Abhar.
Garima-It's good to see you again.	ગરિમા-તને ફરીથી જોવાથી સારું લાગ્યું.	Tane farithi jovathi sarun lagyun.

• • •

Abha-Do you watch television very often?	આભા-તમે ઘણીવાર ટેલીવિઝન જૂઓ છો?	Tame ghani var telivison juo chho?
Amit-Well, I some-times watch it in the evening.	અમિત-એમ તો, હું ક્યારેક સાંજે એ જોઉં છું.	Emto, hun kya-rek sanje e joun chhun.
Abha-Did you watch television last night?	આભા-તમે ગઈકાલ રાતે ટેલીવિઝન જોયેલું?	Tame gai kale rate telivison joyelun?
Amit-Yes, I did, I saw several good programmes.	અમિત-હા, મેં જોયેલું. મેં ઘણા સારા કાર્યક્રમો જોયાં.	Ha, Main joyel-un. Main gha-na sara kar-yakram joya.
Amit-do you ever listen to the radio?	અમિત-તૂ ક્યારેય રેડિયો સાંભળે છે ?	Tu kyarey radio sambhale chhe?

134

Abha-Ceertainly, I listen practically every night.	આભા-અવશ્ય, હું લગભગ રોજ રાત્રે સાંભળું છું.	Avashya, hun lagbhag roj ratre sambhalun chhun.
Amit-what's your favourite programme?	અમિત-તારો મનપસંદ કાર્યક્રમ કયો છે?	Taro manpasand karyakram kayo chhe?
Abha-I like vandanvar best of all.	આભા-મને વંદનવાર બધાથી વધારે સારું લાગે છે.	Mane vandanvar badhathi vadhare sarun lage chhe.

• • •

Shahnaz-Where did you go ?	શહનાઝ-તૂ કયા ગયેલી ?	Tu kyan gayeli?
Minaz-We went to a beautiful beach.	મિનાઝ-અમે એક સુંદર સમુદ્રતટ પર ગયેલા.	Ame ek sundar sumudratat par gayela.
Shehnaz-Did you swim in the ocean?	શહનાઝ-તું દરિયામાં તરવા ગયેલી?	Tun dariyaman tarva gayeli?
Minaz-Yes, but I swam close to the shoe!	મિનાઝ-હા, પરંતુ હું કિનારાની પાસે જ તરતી હતી.	Ha, parantu hun kinarani pase ja tarti hati.

• • •

Manjula-What are you going to do tonight?	મંજુલા-તમે આજે રાતે શું કરવાના છો?	Tame aje rate shu karvana chho?
Gaurav-I have not decided yet.	ગૌરવ-મેં હજુ નિશ્ચય નથી કર્યો.	Main haju nishchaya nathi karyo.

Manjula-Would you like to go to the movies?	મંજુલા-તમને સિનેમા જોવા જવાનું પસંદ પડશે?	Tamane Sinema jova javanun pasand padshe?
Gaurav-No, I like to go to drama.	ગૌરવ-ના, મને નાટક જોવા જવાનું પસંદ છે.	Na, Mane natak jova javanun pasand chhe.

· · ·

Manoj-I have to go to the railway station.	મનોજ-મારે રેલવે સ્ટેશન જવાનું છે.	Mare relway stashan javanun chhe.
Vikas-What do you have to go for?	વિકાસ-તારે ત્યાં શા માટે જવાનું છે ?	Tare tyan sha mate javanun chhe?
Manoj-To receive my sister from Bombay.	મનોજ-મુંબઈથી મારી બહેન આવે છે તેને લેવા.	Mumbaithi mari bhen avi chhe tene leva.
Vikas-Let me take you in my scooter.	વિકાસ-મારા સ્કૂટર પર તને લઈ જવા દે.	Mara skutar par tane lai java de.
Pradip-Are you Dr. Bhartendu?	પ્રદીપ-તમે ડૉ. ભારતેંદુ છો?	Tame doktar Bharatendu chho?
Manohar-No. That tell fellow is Dr. Bhartendu.	મનોહર-ના, પેલા ઉંચા વ્યક્તિ ડૉ. ભારતેંદુ છે.	Na, pela uncha vyakti doktar Bhartendu chhe.
Pradip-Do you mean the one over there with glasses?	પ્રદીપ-તમારો કહેવાનો અર્થ એ કે જેમણે ચશ્મા પહેર્યા છે ?	Tamaro kahevano arth e ke jemne chashma paherya chhe?

Mànohar-Yes. the one with dark hair.	મનોહર-હા, એ જેમના કાળા વાળ છે.	Ha, e jemna kala val chhe.
•	•	•
Inamdar-How long have you been here?	ઇનામદાર-તમે અહીંયા ક્યારથી છો ?	Tame ahinyan kyarthi chho?
Gopal-I hae been here for two weeks.	ગોપાલ-હું અહીંયા બે અઠવાડિયાથી છું.	Hun ahinyan be athavadiathi chhun.
Inamdar-How often do oyu get here?	ઇનામદાર-તમે કેટલી વખત અહીંયા આવો છો ?	Tame ketli vak-hat ahinyan avo chho?
Gopal-I get to this city about twice an year.	ગોપાલ-હું લગભગ વર્ષમાં બે વાર આ શહેરમાં આવું છું.	Hun lagbhag varshman be vat a shaherman avun chhun.
•	•	•
Anu-Did you have a good vacation?	અનુ-શું તમારી રજાઓ સારી રીતે નીકળી?	Shun tamari rajao sari rite nikli?
Satya-Yes, I did. I had a wonderful time.	સત્ય-હા, સારી રીતે. મને ખૂબ જ મઝા આવી.	Ha, sari rite. Mane khubja maza ayi.
Anu-What did you do?	અનુ-તમે શું કર્યું ?	Tame shun karyun?
Satya-I visited some old friends in New Delhi.	સત્ય-નવી દિલ્હીના થોડા જૂના મિત્રોને હું મળ્યો.	Navi Delhina toda juna mitrone hun malyo

43TH STEP
તેંતાળીસમી સીડી

ABOUT MONEY
પૈસાની બાબતમાં

1. How much money do you have?	તમારી પાસે કેટલા પૈસા છે.	Tamari pase ketala paisa chhe?
- Not very much.	— બહુ વધારે નહીં.	– Bahu vadhare nahin.
x	x	x
2. She looks upset about something.	એ કોઈ વાતથી પરેશાન દેખાય છે.	E koi vat thi pareshan dekh-ay chhe.
- I think she has lost her money.	— મને લાગે છે કે એના પૈસા ખોવાઈ ગયા છે.	– Mane lage chhe ke ena paisa khovai gaya chhe.
3. How many rupees did you have in your bank?	બેંકના ખાતામાં તમારા કેટલા રૂપિયા હતા ?	Bankna khata man tamara ketla rupia hata?
- I had exactly three hundred rupees.	— મારી પાસે બરાબર ત્રણ સો રૂપિયા હતા.	– Mari pase bar-abar transo rupiya hata.
x	x	x
4. Did you sell your motorcycle?	તે તારી મોટર સાઈકલ વેચી દીધી ?	Tuin tari motar-saykal vechi didhi?
- Yes, I sold it to my friend Anupam.	— હા, મેં મારા મિત્ર અનુપમને વેચી દીધી.	– Ha, main mara mitra Anupam ne vechi didhi.
5. Could you lend me one hundred rupees until tomorrow?	તમે મને કાલ સુધી એકસો રૂપિયા ઉધાર આપશો?	Tame mane kal sudhi ek so rup-iya udhar upsho?
- No. I could not.	— ના, હું નહીં આપી શકું.	– Na, hun nahin api shakun.

x	x	x
6. Could you spare six hundred rupees?	તમે છ સો રૂપિયાનો બંદોબસ્ત કરી શકશો?	Tame chhaso rupiyano bando-bast kari shak-sho?
- Yes, but I shall need the money before next week.	— હા, પરંતુ આવતા અઠવાડિયા પહેલાં મને પૈસા જોઈશે.	– Ha, prantu avata athava-diya pahela mane paisa joishe.
x	x	x
7. Did you get the money?	તમને પૈસા મળી ગયા?	Tamane paisa mali gaya?
- Yes, I borrowed it from my colleague.	— હા, મેં મારા સાથીદારથી ઉધાર લીધા.	– Ha, main mara sathidarthi ud-har lidha.
x	x	x
8. Have you got any change?	તમારી પાસે છૂટ્ટા છે?	Tamari pase chhutta chhe?
- Here are seven coins of tea paise and six coins of five paise.	— આ સાત સિક્કા દસ પૈસા અને છ સિક્કા પાંચ પૈસાના છે.	– A sat sikka das paisana ane chha sikka panch paisana chhe.
x	x	x
9. Can you change this ten rupee note?	તમે આ દસ રૂપિયાની નોટ બદલી શકશો ?	Tame a das rup-iyani not badali shaksho?
- I am sorry. I don't have any note.	— મને માફ કરો, મારી પાસે કોઈ નોટ નથી.	– Mane maph karo, mari pase koi not nathi.
x	x	x
10. Do you have change for one hundred rupees	તમારી પાસે સો રૂપિયાનું છૂટ્ટું છે?	Tamari pase so rupiyanun chh-tun chhe?
Just a minite, and I shall see.	— એક મિનિટ, હું જોઇ લઉં છું.	– Ek minit, hun joi laun chhun.
11. Will you get	તમે વિદેશી મુદ્રા	Tame videshi

	foreign exchange?	મેળવી શકશો?	mudra melavi shaksho?
-	Yes, I will.	— હા, મને મળશે.	— Ha, mane maishe.
	x	x	x
12.	How much will you get?	તમને કેટલી મળશે ?	Tamne ketali malshe?
-	A student gene-rally gets foreign exchange worth about 5000 dollars per year.	— એક વિદ્યાર્થીને લગભગ ૫૦૦૦ ડોલર જેટલી પ્રતિ વર્ષ વિદેશી મુદ્રા મળે છે.	— Ek vidyarthi ne lagbhag 5000 $ jetli prati varsh videshi mud-ra male chhe.
	x	x	x
13.	What is your salary?	તારો પગાર કેટલો છે.	Taro pagar ketlo chhe?
-	I am drawing a salary of Rs. 400 per month.	— મને ચારસો રૂપિયા મહિને પગાર મળે છે.	— Mane charso rupiya mahi-ne pagar male chhe.
	x	x	x
14.	How much do you except?	તમે કેટલા પૈસાની આશા રાખો છો ?	Tame ketala paisani asha rakho chho?
-	I do not wish to have more than fifth ruppes.	— મને પચાસ રૂપિયાથી વધુ નહીં જોઈએ.	— Mane pachas rupiyathi vad-hu nahin joie.
	x	x	x
15.	Do you give any discount?	તમે કોઈ છૂટ આપો છો ?	Tame koi chhut apo chho?
-	Not at all.	— બિલકુલ નહીં.	— Bilkul nahin.
	x	x	x
16.	Is this worth twenty rupees?	શું આ વીસ રૂપિયા જેટલી છે ?	Shun a vis rupi-ya jetli che?
-	Why not? It is rather costlier.	— કેમ નહીં? આ તો એનાથીય વધારે મોંઘી છે.	— Kem nahin? e to enathiy vadhare mon-ghi chhe.

140

44TH STEP
ચુમાળીસમી સીડી

ON THE BUS
બસમાં

Post Office	**ડાકઘર**	
1. Phy for the tikets.	ટિકિટો ખરીદી લો.	Tikito kharidi lo.
2. No, I paid last time. It is your turn today.	ના, મેં ગયા વખતે ખરીદેલી. આજે તમારો વારો છે.	Na, main gaya vakhte kharideli. Aje tamaro varo chhe.
3. Alright. Shall we get off at at rink road, Lajpat Nagar?	સારું, આપણે રિંગ રોડ, લાજપત નગર ઊતરી જઈશું ?	Sarun. Apane ring rod, Lajpat Nagar utari jaishun?
4. I think the Central Market is little nearer the cinema. always the fare is the same.	મને લાગે છે કે સેંટ્રલ માર્કેટ સિનેમાની વધારે પાસે છે. કાંઈ નહીં, ભાડુ તો સરખું છે.	Mane lage chhe ke sentral market sinemani vadhare pase chhe. Kain nahin, bhadu to sarkhun ja chhe.
5. Yes, it is. I usually get off at the Ring Road. But it makes no difference.	હા, બરાબર છે. હું એમ તો રિંગ રોડ પર જ ઊતરું છું. પરંતુ એનો કોઈ ફેર નથી પડતો.	Ha, barabar chhe, Hun em to ring rod par is utarun chhun. Parantu eno koi pher nathi pedto.
6. Now buy tickets.	હવે ટિકિટો ખરીદી લો.	Have tiketo kharidi lo.
7. The bus is overcrowded. So I think the conductor is very busy.	આ બસ ખચાખચ ભરેલી છે. એટલે મને લાગે છે કંડક્ટર બહુ જ વ્યસ્ત છે.	A bas khachakhach bhareli chhe. Etle mane lage chhe kandaktar bahu ja vyasta chhe.
8. But have you got the money ready?	પણ તમે પૈસા કાઢી રાખ્યા છે ?	Pan tame paisa kadhi rakhya chhe?

9. Yes, I have got the exact fare.	હા, મારી પાસે ભાડાના પૈસા તૈયાર છે.	Ha, mari pase bhadana paisa taiyar chhe.

IN A PUBLIC LIBRARY સાર્વજનિક પુસ્તકાલયમાં

1. May I be a regular member of the library?	હું પુસ્તકાલયની નિયમિત સદસ્ય બની શકું છું?	Hun pustakalaya-no niyamit sada-sya bani shakun chhun?
2. Off course. Complete this form, please, and get it signed by any Gazette officer.	નિઃસંદેહ, કૃપયા, આ ફોર્મ ભરો અને કોઈ સરકારી કર્મચારીથી હસ્તાક્ષર કરાવો.	Ni:sandeh, kri-paya, a form bharo ane koi sarkari karmach-arithi hastakshar karavo.
3. What is the membership fees?	સદસ્ય બનવાનું શુલ્ક શું છે ?	Sadasya banva-un shukla shun chhe?
4. Now at all, the public library service is entirely free.	બિલકૂલ કશું નહીં. સાર્વજનિક પુસ્તકાલયની સેવા બિલકુલ મફત છે.	Bilkul kashun nahin. Sarvaja-nik pustakalyani seva bilkul maph-at chhe.
5. How many books o you lend at a time?	એક સમયે તમે કેટલી પુસ્તકો લઈ જવા દો છો ?	Ek samaye tame ketali pustako lai java do chho?
6. The library lends three books for fourteen days.	આ પુસ્તકાલય ત્રણ ચોપડીઓ ચૌદ દિવસ માટે આપે છે.	A pustakalaya tran chopadio chaud diwas mate chhe.
7. I see. What is the late fee per day?	સારું, મોડા પડવામાં દિવસનું શું શુલ્ક છે ?	Sarun. Moda padavaman diw-asn shun shukla chhe?
8. We charge ten paise per day for each book.	અમે દસ પૈસા રોજના એક પુસ્તકનું શુલ્ક લઈએ છીએ.	Ame das paisa rojana ek pustak nun shulk laie chie.
9. What are the	પુસ્તકાલયનો સેવા	Pustakalayano

working hours of the library?	આપવાનો શું સમય છે ?	seva avano shun samay chhe?
10. The library remains open from 9 a.m. to 7.30 p.m.	પુસ્તકાલય સવારે ૯ વાગ્યાથી સાંજે ૯.૩૦ વાગ્યા સુધી ખૂલું રહે છે.	Pustakalaya savare nav vagyathi sanje sada sat vagya sudhi khulun rahe chhe.

AT THE THEATRE સિનેમાગૃહમાં

1. It's interval. Shall we go to the snack bar and have a cup of tea.	મધ્યાંતર છે. આપણે અલ્પાહારગૃહ જઈ એક કપ ચાહ પીએ ?	Madhyantar chhe. Apane alpahargriha jai ek kap chah pie?
2. I don't want any thinh. Let us stretch our legs.	મને કશું નહીં જોઈએ. આપણે જરા આપણા પગ લંબાવી લઈએ.	Mane kashun nahin joie. Apane jara apana pag lambavi laie.
3. Let us go. What do you think of heroine?	ચાલો જઈએ. નાયિકાની બાબતમાં તમારો શો વિચાર છે ?	Chalo jaie. Nayikani babatman sho vichar chhe?
4. Her performance was very good.	એના કાર્યક્રમ બહું સારો હતો.	Eno karyakram bahu saro hato.
5. Really her future in very bright.	સાચે જ એનું ભવિષ્ય બહુ ઉજવળ છે.	Sache ja enun bhavishya bahu bahu ujval chhe.
6. She certainly surpassed all the actors.	એ સાચે જ બધા અભિનેતાઓથી આગળ નીકળી ગઈ.	E sache ja badha abhinetaothi agal nikli gai.
7. None of the others was as good as she was.	બીજા બધામાંથી કોઈ પણ એના જેટલું સારું નહોતું.	Bija badhamanthi koi pan ena jetlun sarun nahotun.
8. Except the young child Mira who made us all laugh.	ફક્ત નાની છોકરી મીરાને છોડીને જેણે આપણને બધાને હસાવ્યા.	Fakta nani chokari Mirane chhodine jene apanane badhane hasavya.
9. The bell is ringing. It's time to go back.	ઘંટડી વાગી રહી છે. પાછા જવાનો સમય થઈ ગયો છે.	Ghantadi vagi rahi chhe. Pacha javano samay thai gayo chhe.

45TH STEP
પીસતાળીસમી સીડી

ASKING THE WAY
રસ્તો પૂછતાં

1. Excuse me. Can you tell me where is the temple?	જરા માફ કરો, તમે મને બતાવી શકશો કે મંદિર ક્યાં છે ?	Jara maf karo, tame mane batavi shaksho ke mandir kyan chhe?
2. Which temple do you look for?	તમે કયા મંદિરે જઈ રહ્યા છો ?	Tame kaya mandire ji rahya chho?
3. I mean the temple of Laxi Narayan.	મારો અર્થ, લક્ષ્મી-નારાયણના મંદિરનો છે.	Maro arth, Laxmi Narayana mandirno chhe.
4. Oh, the Birla Mandir. Go straight to the first traffic light and then turn left.	સારું, બિરલા મંદિર! સીધા પહેલી ટ્રાફિકબત્તી સુધી જાઓ અને પછી ડાબી બાજુ વળો.	Sarul Birla mandir! Sidha paheli trafikbatti sudhi jao ane pachi dabi baju valo.
5. I see. Is it far?	સારું. શું એ દૂર છે ?	Sarun. Shun e dur chhe?
6. Not so far, only one km.	બહુ દૂર નથી, ફક્ત ૧ કિલોમીટર.	Bahu dur nathi, fakta ek kilomitar
7. Turn left at the first traffic light ?	પહેલી ટ્રાફિકબત્તીની ડાબી બાજુ વળો.	Paheli trafikbatti ni dabi valo.
8. When you turn left, you will see the temple.	જ્યારે તમે ડાબી બાજુ વળશો તો તમે મંદિરને જોશો.	Jyare tame davi baju valsho to tame mandirne josho.
9. Thanking you.	તમારો આભાર.	**Tamaro** abhar.
10. Now at all. It is a matter of gladness to help a	એવી કોઈ વાત નથી. અજાણ્યા માણસની મદદ કરવી એ તો	Evi koi vat nathi. Ajanya manasni madad **karvo** e to

stranger.	આનંદની વાત છે.	anandni vat chhe

AT THE MEDICAL STORE કેમિસ્ટની દુકાન પર

1. Can you make up this prescription for me, please?	આ ડૉકટરના કાગળ પ્રમાણે દવાઓ મને આપશો ?	A doktarna kagal pramane davao mane apsho?
2. Certainly gentle-man, will you come back later?	અવશ્ય શ્રીમાન. તમે થોડી વાર પછી આવશો ?	Avashya shriman! Tame thodi var pachi avasho?
3. How long will it take?	એને કેટલો સમય લાગશે ?	Ene ketlo samay lagashe?
4. Only ten minutes.	ફક્ત, દસ મિનિટ.	Phakta das minit.
5. Could you recom-mend something for headache?	તમે માથાના દુ:ખાવાની કોઈ દવા બતાવી શકશો ?	Tame mathana dukhavani koi dava batavi shakasho?
6. Yes, these tablets are very effective. Mostly doctors prescribe them nowadays.	હા, આ ગોળીઓ બહુ જ અસરકારક છે. મોટા ભાગના ડૉક્ટરો આજકાલ આને લખી આપે છે.	Ha, a galio bahu-ja asarkarak chhe. Mota bhagna doktaro ajkal ane lakhi ape chhe.
7. All right. I will take ten tablets.	સારું. હું દસ ગોળીઓ લઈશ.	Sarun. Hun das golio laish.
8. Will that be all, gentleman?	શ્રીમાન, આટલી બસ છે ?	shriman, atali bas chhe?
9. Yes, except for my medicines? Will it be ready now?	હા, ફક્ત મારી દવાઓ રહી. હવે એ તૈયાર થઈ ગઈ હશે ?	Ha, fakta mari davao rahi. Have e taiyar thai gai hashe?
10. Not yet. Wait for a short while. Please be seated.	હજુ નહીં. થોડી વાર રાહ જૂઓ. કૃપયા, બેસી જાઓ.	Haju nahin. Thodi rah juo. Kripaya, besi jao.

ON THE TELEPHONE ટેલીફોન પર

1. Is it Diamond Poc-ket Books?	આ ડાયમંડ પોકેટ બુક્સ છે ?	A diamond pocket buks chhe?
2. Yes, Diamond. Good morning.	હા જી. ડાયમંડ, નમસ્તે જી.	Ha ji, diamond namaste ji.
3. May I speak to	હું નરેન્દ્ર કુમારથી વાત	Hun Narendra

Mr. Narendra Kumar?	કરી શકું છું ?	Kimarthi vat kari shakun chhun?
4. Sorry, he has not arrived yet.	માફ કરજો, એ હજુ સુધી આવ્યા નથી.	Maf karjo, e haju sudhi avya nathi.
5. Can you tell when he will come?	તમે બતાવી શકો કે એ ક્યારે આવશે ?	Tame batavi shako ke e kyare avashe?
6. I don't know. You can give me your message.	મને ખબર નથી. તમે તમારો સંદેશો મને આપી શકો છો.	Mane khabar nathi. Tame tamaro sandesho api shako chho.
7. Will you convey him that I-Mr, Lamba called and ask him to ring me back as early as possible.	તમે એમણે જણાવશો કે હું, મિસ્ટર લાંબા. આવેલો અને એમને જેમ જલ્દી બને તેમ મને ફોન કરવાનું કહેજો.	Tame emne janavasho ke hun, mistar Lamba. avelo ane emne jem jaldi bane tem mane fon karvanun kanejo.
8. O.K. What is your telephone number please?	સારું, તમારો ટેલીફોન નંબર શું છે ?	Sarun, tamaro telifon number shun chhe?
9. My number is 654527*, Mr. Narendra Kumar	મારો જંબર ૬૫૪૫૨૭ છે, મિસ્ટર નરેન્દ્રને ખબર જ છે.	Maro number sixfivforfivtuse-van chhe. Mistar Narendrane khabar ja chhe.
10. Very well, sir. I shall tell him as soon as he reaches.	બહ સારું શ્રીમાન. જે વખતે એ પહોંચશે હું એમને જણાવીશ.	Bahu sarun, shri-man. je vakhate a pahanchashe hun emne jana-vish.
11. Thanks. Please remember, it is most urgent Good bye.	આભાર. કૃપયા યાદ રાખજો. એ બહુ જ જરૂરી છે. આવજો.	Abhar. Kripaya-yad rakhjo. E bahu ja jaruri chhe, Avajo.

46TH STEP
છેંતાળીસમી સીડી

MAKING A TRUNK CALL
ટ્રંકકોલ કરતા વખતે

Post Office	**ડાકઘર**	
Subscriber-Hellow Exchange!	ગ્રાહક-હલ્લો, એક્સચેંજ!	Grahak-Hello, exchanj
Operator-Yes, Exachange speaing.	ચાલક-હા જી, એક્સચેંજથી બોલીએ છીએ.	Chalak-Ha ji, exchanj thi bolie chie.
Subs-Please book an urgent trunk call.	ગ્રાહક-કૃપયા એક અરજંટ ટ્રંકકોલ બુક કરો.	Grahak-Kripaya, ek argent trank kol buk karo.
Op-For which city?	ચાલક-ક્યા શહેર માટે?	Chalak-Kaya shaher mate?
Subs-For Pune, please.	ગ્રાહક-કૃપયા, પૂના માટે.	
Op-What number, please.	ગ્રાહક-કૃપયા, કયો નંબર ?	Chalak-Kripya, kayo shaher number?
Subs-6543	ગ્રાહક-૬૫૪૩	Grahak-Chap-anch chart-ran.
Op-Is the call in name of person?	ચાલક-શું કોલ વ્યક્તિગત છે ?	Chalak-Shun kol vyaktigat chhe?
Subs-Yes, plese, it is in the name of Yash Shah.	ગ્રાહક-હા, કૃપયા, એ યશ શાહના નામનો છે.	Grahak-Ha, kri-paya, e Yash Shah na namno chhe.
Op-Plese spell out the name.	ચાલક-કૃપયા, નામની જોડણી કહો.	Chalak-Kripa, ya, namni jodni kaho.
Subs-Y for Yamuna-nagar, A for Agra, S for Srinagar, H for Hyderabad.	ગ્રાહક-યથી યમુનાનગર, અથી આગ્રા. સથી શ્રીનગર, હથી હૈદરાબાદ, યશ શાહ	Grahak-Ya thi Yamunana-, nagar, a thi Agra, sa thi

Deccan College, pune.	ડેક્કન કોલેજ, પૂના	Srinagar, ha thi Hidrabad. Yash Shah. Dakkan kolej, Puna.
Op-OK. Your phone number?	ચાલક-સારું, તમારો ફોન નંબરો?	Chalak-Sarun, tamaro nambar?
Subs-203606	ગ્રાહક-૨૦૩૬૦૬	Grahak-be shuna tranchha shunya chha
Op-Well, please wait for a five minutes or so.	ચાલક-ઠીક છે. કૃપયા પાંચેક મિનિટ રાહ જોઈ લો.	Chalak-thik chhe, kripaya panchek minit rah joi lo.
Subs-What is my registration number?	ગ્રાહક-મારો પંજીકરણ નંબર શું છે ?	Grahak-Marò Panjikaran nambar shun chhe?
Op-B for Bombay 1002	ચાલક-બથી બૉમ્બે ૧૦૦૨	Chalak-ba thi bomb. eksunyashunyabe.
Subs-Thanks, you, Sir.	ગ્રાહક-આભાર, શ્રીમાન.	Grahak-Abhar, shriman.
[After seven minutes]	(સાત મિનિટ પછી)	Sat minit pachi
Op-Hellow, is it 203606	ચાલક-હલ્લો, આ ૨૦૩૬૦૬ છે?	Chalak-hallo, a beshunyatranchha chhe?
Subs-Yes speaking.	ગ્રાહક-હા, બોલું છું.	Grahak-Ha, bolun chhun.
Op-Here is your trunk call to Pune. Please speek to your person.	ચાલક-તમારો પૂના માટે ટ્રંકકોલ. કૃપયા તમારા વ્યક્તિથી વાત કરો.	Chalak-tamaro puna mate trank kol. Kripaya, tamara vyakti thi vat karo.
Subs-Thank you very much.	ગ્રાહક-તમારો ખૂબ આભાર.	Grahak-tamaro khub abhar.

Subs-Hellow, Yash Snah?	ગ્રાહક-હલ્લો, યશ શાહ?	Grahak-Hallo. Yash Shah?
Yash-Speaking.	યશ-બોલો રહ્યો છું.	Yash-Boli rahyo chhun.
Subs-Amit from Delhi.	ગ્રાહક-દિલ્હીથી. અમિત બોલું છું.	Grahak-Dilhithi Amit bolun chhun.
Yash-Oh! Your father was much anxious about you.	યશ-અચ્છા, તારા પિતાજી બહુ જ તારા માટે ચિંતિત હતા.	Yash-Achha, tara pitaji bahu ja tara mate chintit hata.
Amit-I arrived here only yesterday.	અમિત-હું અહીંયા હજુ કાલે જ પહોંચ્યો.	Amit-Hun ahiyan haju kale ja pahonchy.
Yash-How are all in family? How is my sister-in-law?-your mother?	યશ-કુટુંબમાં બધા કેમ છે? મારી ભાભી કેમ છે? તમારી માતાજી?	Yash-Kutumbman badha kem chhe? Mari bhabhi kem chhe? Tamari mataji?
Amit-All are OK. Where is my father?	અમિત-બધા બરાબર છે. મારા પિતાજી ક્યાં છે?	Amit-Badha barabar chhe. Mara Mara pitaji kyan chhe? .
Yash-He had gone to attend a literary meeting.	યશ-એ એક સાહિત્ય-સભામાં ગયા છે.	Yash-E ek sahitya sabhaman gaya chhe.
Amit-How is he?	અમિત-એ કેમ છે?	Amit-E kem chhe?
Yash-My brother? He is very well. He is busy in compiling a classified dictionary.	યશ-મારા ભાઈ? એ સારા છે. એ એક વર્ગીકૃત શબ્દકોષ સંપાદિત કરવામાં વ્યસ્ત છે.	Yash-Mara bhai? E sara chhe. Ek vargikrit shabdakosh sampadit karvaman vyasta chhe.

Amit-How is the uncle?	અમિત-કાકા કેમ છે ?	Amit-kaka kem chhe?
Yash-Ver well. Today he has gone to Bombay.	યશ-એ ઠીકઠાક છે. આજે મુંબાઈ ગયા છે.	Yash-E thik-thak chhe? Aje mumbai gaya chhe.
Amit-Hw much work is to be done yet?	અમિત-હવે કામ કરવાનું કેટલું બાકી છે ?	Amit-Have kam karva-nun ketalun baki chhe.
Yash-The work is almost done. Only revision is required.	યશ-કામ લગભગ પૂરું થઈ ગયું છે. ફક્ત પુનઃઅવલોકન જરૂરી છે.	Yash-Kam lag-bhag purun thai gayun chhe. Fakta pun:avalo-kan jaruri chhe.
Amit-Ask my father to ring me to tomorrow morning at half past six.	અમિત-મારા પિતાજીને કાલે સવારે સાડા છ વાગે મને ફોન કરવાનું કહેજો.	Amit-Mara pitaji kale savare sada chha vage mane fon karvanu kahejo.
Yash-OK. I shall convery him.	યશ-સારું, હું કહી દઈશ.	Yash-Sarun, hun kari daish.
[After concluding the talk]	[વાર્તાલાપ પૂરા થતા પછી]	[Vartalap pura thata pachi]
Subs-Hellow, Sir my talk s finished. would you kindly let me know the charges?	ગ્રાહક-હલ્લો, શ્રીમાન, મારી વાત પૂરી થઈ ગઈ છે. કૃપયા તમે મને કેટલા પૈસા થયા કહેશો?	Grahak-Hello, shriman, mari vat puri thai gai chhe. kripya, tame mane ketla paisa thaya kahesho?
Op-Rupees Sixty, sir	ચાલક-આઠ રૂપિયા, શ્રીમાન.	Chalak-Ath ru-piya, shri-man.
Subs-Thank you.	ગ્રાહક-આભાર.	Grahak-Abhar.

47TH STEP
સુડતાળીસમી સીડી

ABOUT A TRIP
ભ્રમણની બાબતમાં

Abha-Puja, have you ever been to Mahabalipuram?

આભા-પૂજા, તું ક્યારેય મહાબલિપુરમ ગયા છે?

Abha-Puja, tun Kyarey Mahabalipuram gai chhe?

Puja-No, I could not spare my time for it.

પૂજા-ના, મારી પાસે એને માટે સમય જ નહીં નીકળ્યો.

Puja-Na, mari pase ene mate samaya ja nahin nikalyo.

Abha-Just have a short trip. It enables you to witness a charming sceney.

આભા-અરે એક નાની ટ્રિપ પર જા. ત્યાં તને ખૂબ જ રમણીક દશ્યો જોવા મળશે.

Abha-Are, ek nani trip par ja. Tyan tame khub ja ramaniya drashyo jova malashe.

Puja-OK. I shall go for a short visit tomorrow with my father.
[Te very next day Abha asks Puja]

પૂજા-સારું કાલે હું મારા પિતા સાથે એક નાની ટ્રિપ પર જઈશ.
[બીજા જ દિવસે આભા પૂજાને પૂછે છે.]

Puja-Sarun kale hun mara pita sathe ek nani trip par jaish.
Bija ja divase Abha Pujane puchhe chhe.

Abha-How did you like Mahabalipuram?

આભા-તને મહાબલિપુરમ કેવું લાગ્યું?

Abha-Tane Mahabalipuram kevun lagyun?

Puja-It was really Marvellous.

પૂજા-એ તો સાચે જ અદ્ભુત હતું.

Puja-E to sache ja adbhut hatun.

Abha-Have you not visited the sculptures by the side of sea-shore?

આભા-તેં સમુદ્ર- કિનારાની બાજુ પર મૂર્તિશિલ્પો નહીં જોયા ?

Abha-Ten samundra kinara ni baju par murti-shilpo nahin

		joya?
Puja-Indeed, I have, but I am not attacted to it by some religious faith.	પૂજા-હાસ્તો, મેં જોયા પરંતુ મને એમના તરફ આકર્ષણ કોઈ ધાર્મિક ભાવનાથી નહોતું થયું	Puja-Hasto, main joya parantu mane emna tasraf akarshan koi dharmik bhavanathi na hotun thayun.
Abha-understand my point. You are a poet. Did you of art in the sculpture scattered arround Mahabalipuram?	આભા-મારો દષ્ટિકોણ સમજો. તું એક કવયિત્રી છે. તેં કોઈ કળાકારી મહાબલિપુરમની આસપાસના મૂર્તિશિલ્પોમાં નહીં જોઈ?	Abha-Maro drashtkon samajo. Tuin ek kavayitri chhe. Tain koi kalakari Mahablipuramni aspas na murtishilpoman nahin joi?
Puja-There are certainly works of art and I appreciated them. I was really impressed.	પૂજા-ચોક્કસ, ત્યાં કળાકારીના શિલ્પો છે અને મેં એમની પ્રશંસા કરી. હું સાચે જ પ્રભાવિત થઈ.	Puja-Chokkas tyan kalakari na shilpo chhe ane main emni prashansa kari. Hun sache ja prabhavit thai.
Abha-Apart this, how did you enjoy the view of sea?	આભા-બીજું, તેં સમુદ્રના દશ્યને કેવી રીતે આનંદ લીધો ?	Abha-Bijun, tain samudrana drashyano kevi rite anand lidho?
Puja-I cannot express that in words. I was marvellous indeed!	પૂજા-હું શબ્દોમાં એનું વર્ણન નથી કરી શકતી. એ ખરેખર અદ્‌ભુત હતું.	Puja-Hun shabdoman enun varnan nathi kari shakti. E kharekhar adbhut hatun.

ABOUT A TOUR યાત્રાની બાબતમાં

Uma-Papa, you are coming back after two months. Please tell me, what places you have visited.	ઉમા-પિતાજી, તમે બે મહિના પછી પાછા આવ્યા છો. બતાવો ને, કઇ કઇ જગ્યાઓ તમે જોઇ.	Uma-Pitaji, tame be mahi-na pachi pacha avya chho. Batavo ne, kai kai jagyao tame joi.
Papa-Come on my daughter. I am returning after touring throughout India.	પિતા-આઓ મારી દીકરી. આખા ભારતની યાત્રા કરીને હું પાછો આવ્યો છું.	Pita-Ao, mari dikri. Akha Bharatni yatra karine hun pa-cha avyo chhun.
Uma-Papa, were did you go first?	ઉમા-પિતાજી, પહેલાં તમે ક્યાં ગયેલા?	Uma-Pitaji, pahela tame kyan gayelo?
Papa-First of all, I went to Delhi. Delhi is the Capital of India.	પિતા-સૌથી પહેલાં હું દિલ્હી ગયો. દિલ્હી ભારતની રાજધાની છે.	Pita-Sauthi pahela hun Delhi gayo. Delhi Bharat ni rajdhani chhe.
Uma-What did you see in Delhi?	ઉમા-તમે દિલ્હીમાં શું જોયું ?	Uma-Tame Dillhi shun joiyun?
Papa-In Old Delhi, I saw the Red Fort. I visited the Central Secretariat, the Birla mandir and the Qutub Minar in New Delhi.	પિતા-જૂની દિલ્હીમાં મેં લાલકિલો જોયો. મેં કેન્દ્રીય સચિવાલય, બિરલા મંદિર અને કુતુબ મીનાર નવી દિલ્હીમાં જોયા.	Pita-Juni Dillhi man main lal kilo joyo. Main kendriya sac-hivalaya, Birla mandir ane kutub minar navi Dillhi man joya.
Uma-Where did you go afterward?	ઉમા-એના પછી તમે ક્યાં ગયા ?	Uma-Ena pachi tame kyan gaya?

Papa-After that I went to Bombay. Bombay is the biggest port of India.	પિતા-એના પછી હું મુંબઈ ગયો. મુંબઈ ભારતનું સૌથી મોટું બંદર છે.	Pita-Ene pachi hun mumbai hayo. Mumbai Bharatnun sauthi motun bhandar chhe.
Uma-Then you must have witnssed the sea and big ships also.	ઉમા-તો તો તમે જરૂરથી સમુદ્ર અને મોટી સ્ટીમરો પણ જોઈ હશે.	Uma-To to tame jarurthi samudra ane moti stimaro pan joi hashe.
Papa-Yes, I have seen many ships.	પિતા-હા, મેં ઘણી સ્ટીમર જોઈ.	Pita-Ha, main stimaro joi.
Uma-Papa, did you not go to Agra?	ઉમા-પિતાજી, તમે આગ્રા નહીં ગયા?	Uma-Pitaji, tame Agra nahhin gayo?
Papa-Oh yes, I went to Agra also and visited the Taj, and dropped at Mathura too, for a day.	પિતા-અરે હા, હું આગ્રા પણ ગયેલો. મેં તાજ જોયો અને એક દિવસ મથુરા પણ રોકાયો.	Pita-Are ha, hun pan gayelo. Main Taj joyo ane ek divas Mathura pan rokayo.
Uma-Will you please point out onthe map the places you visited papa?	ઉમા-પાપ, તમે જે જગ્યાઓ જોઈ એ તમે નકશા પર બતાવી શકશો?	Uma-Papa, tame je jagyao joi e tame map par batavi shaksho?
Papa-Why not my child, come with map. I will show you everything.	પિતા-શા માટે નહીં દીકરી, નકશા લાવ. હું તને બધું બતાવીશ.	Pita-Sha mate nahin dikri? Map lav. Hun tame badhun batavish.
Uma-Thank you Pap, I am coming with classmate Satyakam.	ઉમા-આભાર પિતાજી. હું મારા સાથીદાર સત્યકામ સાથે આવું છું.	Uma-Abhar pitaji. Hun mara sathidar Satyakam sathe avun chhun.
Papa-O.K. my child.	પિતા-સારું મારી દીકરી.	Pita-Sarun mari dikri.

48TH STEP
અડતાળીસમી સીડી

THE VILLAGER & THE URBAN
ગ્રામીણ અને શહેરી

Urban-How are you! I am seeting you after a very long time.	શહેરી-તમે કેમ છો ? હું તમે ઘણા સમય પછી જોઈ રહ્યો છું.	Shaheri-Tame kem chho? Hun tamane ghana samaya pachi joi rahyo chhun.
Villager-Yes friend, I have come here on a particular business and will return back this right.	ગ્રામીણ-હા દોસ્ત, હું અહીંયા કોઈ જરૂરી કામથી આવ્યો છું અને આજે રાત્રે પાછો જઈશ.	Gramin-Ha, dost, hun ahinya koi jaruri kamthi avyo chhun ane aje ratre pacho jaish.
Urban-Why so soon Do you hesitate to stay in towns?	શહેરી-આટલું જલ્દી કેમ? શહેરોમાં રહેતા તમને હિચકિચાહટ થાય છે ?	Shaheri-Atalun jaldi kem? Shaheroman raheta tamane hichkichahat thay chhe?
Villager-Yes, gentleman, I don't like town at all. I do not find any pleasure in the fifthy atmosphere of the towns-hustle and bustle irritates me.	ગ્રામીણ-હા, મહાશયો, મને શહેર જરા પણ પસંદ નથી. મને શહેરોના ગંદા વાતાવરણમાં કોઈ ખુશી મળતી નથી. ભીડભાડથી મને ચીઢ ચઢે છે.	Gramin-Ha, mahashayo. mane shaher jara pan pasand nathi. Mane shaherona ganda vatavaran man koi khushi malati nathi-bhidbhad thi mane chidh chadhe chhe.
Urban-Wonder! How can you enjoy life without hustle and bustle? I would not bear the caimness and silence of the	શહેરી-આશ્ચર્ય ! તમે કેવી રીતે ભીડભાડ વગર જિંદગીનો આનંદ લઈ શકો ? મારાથી ગામડાની શાંતિ અને કોલાહલ	Shaheri-Ashcharya! Tame kevi rite bhidbhad vagar jindagino anand lai shako?

155

village. It would make me mad.	વગરનું વાતાવરણ સહન નહીં થાય.	Marathi gamadani Santi ane kolahal vagarnun vatavaran sahan nahin thay. E gando banavi deshe.
Villanger-Everyman has his own attitude, but I much love the rural beauty.	ગ્રામીણ-હરેકને પોતાનો દૃષ્ટિકોણ હોય છે પરંતુ, મને ગ્રામીણ સૌંદર્ય પ્રિય છે.	Gramin-Harrekne potano drashtikon hoy chhe parantu mane gramin saundarya priya chhe.
Urban-Are you getting something of this modern age in your village?	શહેરી-શું તમને આ આધુનિક યુગનું કશું પણ તમારા ગામડામાં મળે છે?	Shaheri-Shun tamane a adhunik yugnun kashun pan tamara gamadaman male chhe?
Villager-The thing which can be gotten in the village can never be gotten in the town.	ગ્રામીણ-જે વસ્તુ ગામડામાં મળી શકે છે એ ક્યારેય શહેરમાં નહીં મળી શકે.	Gramin-He vastu gamdaman mali shake chhe e kyareya shaherman nahin mali shake.
Urban-Oh! Do you want to live in quite atmosphere alone? Will you life not be dull without cinema, sports and other social activities?	શહેરી-ઓહ, તમને શાંત વાતાવરણમાં એકલું રહેવું છે? તમારી જિંદગી સિનેમા, ખેલકુદ અને બીજી સામાજિક ગતિવિધિઓ વગર નીરસ નહીં થઈ જાય?	Shaheri-Oh, tamane shant vatavaranman ekalun rahevun chhe? Tamari jindagi sinema, khelkud ane biji samajik gatividhiyo vagar niras nahin thai jay?
Villager-I think that will be much better. Of course the town had made the	ગ્રામીણ-મને લાગે છે કે એ વધારે સારું રહેશે. નિઃસંદેહ શહેરે માનવજીવનને મશીન	Gramin-Mane lage chhe ke e vadhare sarun raheshe.

human life a machine.	બનાવી દીધું છે.	Ni:sandesh shahere manav jivanne mashin banavi didhun chhe.
Urban-But can a nation prosper without its great cities?	શહેરી-પરંતુ શું કોઈ રાષ્ટ્ર એના મોટા શહેરો વિના સમૃદ્ધ થઈ શકે?	Shaheri-Parantu shun koi rashtra ena mota shahero vina samrudha thai shake?
Villager-But never forget that the foundation of our nation really lies on its villagers. Without the improvement of the village, the nation cannot progress.	ગ્રામીણ-પણ ક્યારેય ના ભૂલો કે આપણા રાષ્ટ્રના પાયો તો સાચે ગામડાઓ પર નિર્ભર છે. ગામડાની દશા સુધાર્યા વગર રાષ્ટ્ર ઉન્નતિ નહીં કરી શકે.	Gramin-Pan kyareya na bhulo ke apane rashtrano payo to sache ja gamdao par nirbhar chhe. Gamdani dasha sudharya vagar rashtra unnati nahin kari shake.
Urban-I admit it, but I don't think of leaving the cities.	શહેરી-હું માનું છું. પરંતુ હું શહેરોને છોડવાનું વિચારી નહીં શકતો.	Shaheri-Hun manun chhun parantu hun shaherone cho davanun vichari nathi shakto.
Villager-Thank you for the very good talk. Now, I am in a hurry. We shall talk again whenever we find time. Good bye.	ગ્રામીણ-આભાર, બહુ સારા વાર્તાલાપ માટે. હવે હું બહુ જ જલ્દીમાં છું. આપણે જ્યારે સમય મળશે ત્યારે ફરીથી વાતો કરીશું. આવજો.	Gramin-Abhar, bahu sara vartalap mate. Have hun bahu jaldi man chhun. Apane jyare saman malashe tyare farithi vato krishun. Avjo.
Urban-Bye,bye. See you again.	શહેરી-ચાલો આવજો. ફરીથી મળીશું.	Shaheri-Sarun avajo. Farithi malishun.

49TH STEP
ઓગણપચાસમી સીડી

THE DOCTOR & PATIENT
ડૉક્ટર અને દર્દી/રોગી

Patient-Good morning, doctor! Can you spare for me a few minutes?

રોગી-નમસ્તે ડૉક્ટર તમે થોડી મિનિટ મારા માટે આપી શકશો?

Rogi-Namaste doktar. Tame thodi minit mara mate api shaksho?

Doctor-Why not? Take seat.... Now, tell me what is wrong with you?

ડૉક્ટર-શા માટે નહીં? તમે બેસો... હવે મને કહો તમને શું થયું છે ?

Doktar-Sha mate nahin? Tame beso. Have mane kaho tamane shun thayun chhe?

Patient-I have lost my appetite. I am always suffering from indigestion. And what is worse, I cannot sleep well at night.

રોગી-મારી ભૂખ મરી ગઈ છે. મને હંમેશા પેટ ખરાબ રહેવાની તકલીફ રહે છે. અને સૌથી વધારે ખરાબ તો એ છે કે હું રાત્રે બરાબર ઊંઘી નથી શકતો.

Rogi-Mari bhukh mari gai chhe. Mane hamesha pet kharab rahevani taklif rahe chhe. Ane sauthi vadhare kharab to e chhe ke hun ratre barabar unghi nathi shakto.

Doctor-I see. What are your?

ડૉક્ટર-એમ વાત છે! તમે શું કરો છો?

Doktar-Em vat chhe! Tame shun karo chho?

Patient-I am a senior poor reader in a well established printing press. I

રોગી-હું વરિષ્ઠ પ્રૂફ રીડર છું. એક પ્રતિષ્ઠિત છાપ-ખાનામાં મારે

Rogi-Hun siniar pruf ridar chhun, ek pratishthit

have to work long hours on my seat.	પોતાની સીટ પર બેસી કલાકો સુધી કામ કરવું પડે છે.	chapakhana man. Mare potani sit par besi kalako sudhi kam karavaun pade chhe.
Doctor-Are you habitual of evening walk?	ડૉક્ટર-શું તમને સાંજે ચાલવા જવાની આદત છે ?	Doktar-Shun tamane sanje chalwa javani adat chhe?
Patient-No, doctor, I do not go for a walk in the evening. I feel too much tired when I get home, I simply take my food and go to bed.	રોગી-ના, ડૉક્ટર, હું સાંજે ચાલવા નથી જતો. હું જ્યારે ઘરે પહોંચું છું ત્યારે ખૂબ જ થાકેલો હોઉં છું. હું ફક્ત જમીને સૂઈ જાઉં છું.	Rogi-na, doktar, hun sanje chalva nathi jato. Hun jyare ghare pahonchun chun tyare khub ja thakelo houn chhun. Hun fakta jamine sui jaun chhun.
Doctor-As I think, your troubles are due to your indisciplined life. Take rest and do proper physical labour.	ડૉક્ટર-મારા ખ્યાલથી, તમારી તકલીફો, તમારી બિનનિયમિત રોજના જીવનના કારણે છે. આરામ કરો અને યોગ્ય શારીરિક પરિશ્રમ કરો.	Doktar-Mara khyalthi, tamari binniyamit rojana jivanna karane chhe. Aram karo ane yogya sharirik parishram karo.
Patient-I agree with you. I could not get any leave for a long time.	રોગી-હું તમારી સાથે સહમત થાઉં છું. મને લાંબા સમયથી કોઈ રજા નથી મળી.	Rogi-Hun tamari sathe sahamat thaun thun. Mane lamba samaythi koi raja nathi mali.
Doctor-Well. I advise you to go to any	ડૉક્ટર-અચ્છા. હું તમને સલાહ આપું	Doktar-Achh. Hun tamane

country-side for some days. Rest in the open air, keeping the doors open. Take walk in the morning and the evening. Improve your diet. Be regular in rest and sleep. I think, by following these instructions you will be allright in very short period.	છું કે તમે કોઈ પણ ગ્રામીણ ક્ષેત્રમાં થોડા દિવસ જાઓ. ખુલી હવામાં આરામ કરો, દરવાજા ખુલા રાખીને, સવારે અને સાંજે ચાલવાનું રાખો. ખોરાકમાં સુધાર લાવો. આરામ કરવામાં ને સૂવામાં નિયમિત રહો. મને લાગે છે, આ આદેશોનું કરશો તો તમે બહુ થોડા સમયમાં સ્વસ્થ થઈ જશો.	salah apun chhun ke tame koi pan gramin kshetraman thoda divas jao. khuli havaman aram karo, darvaja khula rakhine. Savare ane sanje chalvanun rakho. khorakman sudhar lavo. Aram karvanaman ne suvaman niymit raho. Mane lage chhe a adesonun palan karasho to tame bahu thoda samayman swastha thai jasho.
Patient-Thank you, doctor! I shall follow your instructions positively. Thanks!	• રોગી-આભાર, ડૉક્ટર! હું તમારા આદેશોનું પાલન જરૂરથી કરીશ. આભાર.	Rogi-Abhar, doktar! Hun tamarȧ adeshonun palan jarurthi karish. Abhar.
Doctor-Plese visit me after ten days. I think you will improve.	ડૉક્ટર-કૃપયા દસ દિવસ પછી મારી પાસે આવજો. મને લાગે છે તમારામાં સુધાર આવશે.	Doktar-Kripaya das divas pachi mari pase avjo. Mane lage chhe tamara man sudhar avashe.

50TH STEP
પચાસમી સીડી

SELF-INTRODUCTION
આત્મપરિચય

1. My name is Shahnaz.	મારું નામ શહનાઝ છે.	Marun nam Shahnaz chhe.
2. I am an Indian and live in Pune.	હું ભારતીય છું અને પૂનામાં રહું છું.	Hun bhartiya chhun ane puna man rahun chhun
3. I have just completed seventeen.	મેં હમણાં જ સત્તર વર્ષ પૂરાં કર્યા.	Main hamanaj sattar varsh pura karya.
4. I am a virgin.	હું કુંવારી છું.	Hun kunvari chhun.
5. I am a student and studying in 10th class.	હું છાત્રા છું અને દસમી કક્ષામાં પણું છું.	Hun chhatra chhun ane desmi kakshaman bhanun chhun.
6. My father is senior officer in P.M.T.	મારા પિતા પી.એમ.ટી. માં વરિષ્ઠ અધિકારી છે.	Mara pita PMT man varishth adhikari chhe.
7. I have two brothers and three sisters.	મારે બે ભાઈ અને ત્રણ બહેનો છે.	Mare be bhai ane tran bheno chhe.
8. My elder brother is an engineer.	મારા મોટા ભાઈ અભિયેતા છે.	Mara mota bhai abhiyanta chhe.
9. My younger brother is kind hearted.	મારો નાનો ભાઈ દયાળુ હૃદયનો છે.	Maro nano bhai dayalu hridaya no chhe.
10. Minaz, Gulnar and Dilshad are my younger sisters.	મિનાઝ, ગુલનાર અને દિલશાદ મારી નાની બહેનો છે.	Minaz, Gulnar ane Dilshad mari nani bheno chhe.
11. They are moe intelligent than me.	એ લોકો મારાથી વધારે હોંશિયાર છે.	E loko mara thi vadhare honshiyar chhe.
12. My aim in life is to be a Scientist.	મારો ઉદ્દેશ્ય જીવનમાં વૈજ્ઞાનિક બનવાનો છે.	Maro udeshya jivanman vaigyanik banvano

		chhe.
13. I go to school by bicycle.	હું પાઠશાળા સાઈકલ પર જાઉં છું.	Hun pathshala shikal par jaun chhun.
14. I get up somewhat late in the morning.	હું સવારે જરા મોડી ઊઠું છું.	Hun savare jara modi uthun chhun.
15. I know, this is bad habit.	મને ખબર છે. આ ખરાબ આદત છે.	Mane khabar chhe, a kharab adat chhe.
16. I am ashamed of it.	આના માટે હું લજ્જિત છું.	Ana mate hun lajjit chhun.
17. Really, I am helpless.	સાચું જોતા, આ માટે હું અસહાય છું.	Sachhun jota, e mate hun asahay chhun.
18. I intend to improve my habit.	હું મારી આદત સુધરવા માંગું છું.	Hun mari adat sudharva mangun chhun.
19. I hope, I will overpower it.	મને આશા છે. હું એને સુધારી લઈશ.	Mane asha chhe, hun ene sudhari laish.
20. I seek the help of my family members to eradicate this evil.	મારા કુટુંબીજનોની મદદ, મારી આ ખરાબ આદતને હટાવવા માંગું છું.	Mara kutumbi janoni madad. mari kharab adatne hatavava mangun chhun.
21. I take bath and thank God for his grace.	હું સ્નાન કરું છું અને ભગવાનનો એની કૃપા માટે આભાર માનું છું.	Hun snan karun chhun ane bhagvanno eni kripa mate abhar manun chhun.
22. I have some pen friends too.	મારા થોડા પત્ર-મિત્રો પણ છે.	Mara thoda patra-mitro pan chhe.
23. I write them now and then.	હું એમને ઘણી વાર વાર લખું છું.	Hun emne ghani var lakhun chhun
24. I respect my elders and love my youngers.	હું મારા વડીલોનો આદર કરું છું અને નાનાઓને પ્રેમ કરું છું.	Hun mara vadilono adar karun chhun ane nanaone prem karun chhun.
25. My mother-tongue is marathi, but I	મારી માતૃભાષા મરાઠી છે. પરંતુ હું ગુજરાતી	Mari matrubhasha marathi

	know Gujarati also.	પણ જાણું છું.	chhe, parantu hun hindi pan janun chhun.
26.	I shall stay in Delhi for two days more.	હું દિલ્હીમાં બે દિવસ વધારે રહીશ.	Hun Dilhiman be divas vadhare rahish.
27.	I will visit Red Fort- Outub Minar, Jama Masjid, Dargah-e-Nizamuddin and Birla Mandir.	હું લાલ કિલા, કુતુબ મીનાર, જામા મસ્જિદ, દરગાહે નિઝામુદ્દીન અને બિરલા મંદિર જઈશ.	Hun lalkila, kutub minar, jama masjid, dargahe nizamuddin ane Birla mandir joish.
28.	First of all. I am an Indian. I love all my countrymen.	સૌથી પહેલાં, હું એક ભારતીય છું. આપણા બધા દેશવાસીઓને પ્રેમ કરું છું.	Sauthi pahelan, hun ek bhartiya chun. Apana badha deshvasione prem karun chhun.
29.	I want to be a useful citizen for my nation.	હું મારા દેશ માટે ઉપયોગી નાગરિક બનવા માંગું છું.	Hun mara desh mate upayogi nagrik banava mangun chhun.
30.	I shall go to England for frther studies this year.	હું આ વર્ષે આગળ ભણવા માટે ઈંગ્લેન્ડ જઈશ.	Hun a varshe agal bhanava mate Ingland jaish.
31.	I don't believe in formality.	હું ઔપચારિકતામાં માનતી નથી.	Hun aupachariktaman manti nathi.
32.	I cordially thank you very much for your hospitality.	તમારા આતિથ્ય માટે હું તમારો હૃદયથી ખૂબ આભાર માનું છું.	Tamara atithya mate hun tamaro hridayathi khub abhar manun chhun.
33.	Finally, I hope you will overlook my faults.	અંતમાં, મને આશા છે કે તમે મારી ભૂલોને માફ કરી દેશો.	Antaman mane asha chhe ke tame mari bhulo ne maf kari desho.
34.	I wish to be always sincere to everyone.	હું હંમેશા બધા તરફ ઈમાનદાર રહેવાની આશા રાખું છું.	Hun hamesha badha taraf imandar rahevani asha rakhun chhun.

Appendix
પરિશિષ્ટ

Idioms & Proverbs/કહેવતો અને લોકોક્તિઓ
Hindi-English Dictionary/ગુજરાતી/અંગ્રેજી શબ્દકોશ
Some Important Gujarati Verbs/કેટલીક પ્રમુખ ગુજરાતી ક્રિયાઓ

IDIOMS & PROVERBS

કહેવતો અને લોકક્તિઓ

IDIOMS કહેવતો

1. આંધળાની લાકડી — andhalani lakdi — the only support.
   વાક્ય પ્રયોગ- વૃદ્ધ માબાપ માટે એમનો દીકરો જ આંધળાની લાકડી છે.
2. અક્કલનો દુશ્મન — akkalno dushman — idiot
   પ્ર૦-એ તો અક્કલનો દુશ્મન છે, એનાથી કોઈ આશા ના રાખો.
3. અક્કલ પર પથ્થર પડ્યા — akkal par pathar padva — to be befooled.
   પ્ર૦-સુરેશની અક્કલ પર પથ્થર પડ્યા છે એટલે જ તો એણે બધું એનું ગુમાવી દીધું.
4. પોતાના મોઢે જ વખાણ કરવા — potana modheja vakhan karva — to do self-praise.
   પ્ર૦-કાંઈ કરશે કે પછી પોતાના મોઢે જ વખાણ કરતો રહેશે.
5. આંખોં પસારવી — Ankhon pasarvi — to give warm welcome.
   પ્ર૦-કુંવરજીના સ્વાગતમાં લોકો આંખોં પસારી બેઠા હતા.
6. આંખનો તારો — ankhano taro — very lovely.
   પ્ર૦-બાળકો માબાપના આંખના તારા હોય છે.
7. આંખની કિરકિરી — Ankhni kirkiri — eye-sore
   પ્ર૦-શિવાજી મહારાજ ઔરંગઝેબ રાજાની આંખની કિરકિરી બન્યા હતા.
8. આકાશ-પાતાળનો ફેર — Akash patalno fer — A world of difference.
   પ્ર૦-બંને ભાઈઓના સ્વભાવમાં આકાશ-પાતાળનો ફેર છે.
9. આસ્તીનનો સાપ — Astinno sap — a wolf in sheep's clothing.
   પ્ર૦-રવિ તો આસ્તીનનો સાપ છે, એનાથી દૂર જ રહેજો.
10. કાટલું કાઠવું — Katalun Kadhavun — to destroy completely.
    પ્ર૦-સુરેશે રમેશની દુકાનનું કાટલું કાઢી દીધં.
11. ઈદનો ચાંદ — Idno chand — rare visits.
    પ્ર૦-દેવેન્દ્ર આજકાલ તું ક્યાં હોય છે? તું તો ઈદનો ચાંદ બની ગયો છે.

12. આંગળી ઉઠાવવી | angali uthavavi | to find fault

પ્ર૦-ચરિત્રહીન માણસ સામે બધા આંગળી ઉઠાવે છે.

13. ઉલ્ટી ગંગા | ulti ganga | to carry coal to new castle.

પ્ર૦-આવી ઉલ્ટી ગંગા વહેવા દેશો તો સફળતા તમારાથી દૂર જ રહેશે.

14. ઓગણીસવીસનો ફેર | oganisvishno fer | a little difference

પ્ર૦--મિત્રોના સ્વભાવમાં ઓગણીસવીસનો ફેર છે.

15. એક જ દિશામાં ચાલવું | Ek ja dishaman chalavun | to treat good and bad in the same way.

પ્ર૦-એ કોઈનું-સાંભળતો નથી ને એક જ દિશામાં ચાલે છે.

16. જોર લગાવી દેવું | Jor lagavi devun | to work hard

પ્ર૦-રમેશે પરીક્ષા માટે સફળ થવા જોર લગાવી દીધું.

17. મુરતિયો છે | Muratio chhe | dummy

પ્ર૦-એને કશું નથી આવડતું, ફક્ત મુરતિયો છે.

18. ડાબા હાથની વાત | Dada hathni vat | an easy job.

પ્ર૦-મારા માટે ગાડી ચલાવવી ડાબા હાથની વાત છે.

19. શહીદ થવું | Shahid thavun | to die in the bettle field.

પ્ર૦-રાણા પ્રતાપ લડાઈમાં શહીદ થઈ ગયા.

20. પાછલી વાતોને ઉખેડવી | Pachali vatone ukhedvi | to rip up old sores.

પ્ર૦-એને પાછલી વાતોને ઉખેડવાનો શોખ છે.

21. ઘીના દીવા કરવા | ghina diva karva | to show great pleasure.

પ્ર૦-ડાકૂના માર્યા જવા પર ગામડાના લોકોએ ઘીના દીવા કર્યા.

22. દાઝ્યા પર મીઠું લગાવવું. | dazya par mithun lagavavun | to add injuries to wounds.

પ્ર૦-પહેલાં જ હું એટલો દુઃખી છું ને ઉપર દાઝ્યા પર મીઠું લગાવો છો.

23. ચપત થવું | chapat thavun | to take to one's heels.

પ્ર૦-પોલીસના આવતા પહેલાં ચોર ચપત થઈ ગયો.

24. ચાલી જવું | Chali javun | to die.

પ્ર૦-દીકરાની મોત પાછળ મા પણ ચાલી ગઈ.

25. માખણ લગાડવું	Makhan lagadvun	to flatter

પ્ર૦-પ્રિયા એના ટીચરને ખૂબ માખણ લગાવે છે.

26. છક્કા છુડાવવા	Chhaka chudavava	to force out of gear.

પ્ર૦-ભારતીય સેનાએ પાકિસ્તાની સેનાના છક્કા છોડાવી દીધા.

27. છાતીથી લગાવવું	chatithi lagavavun	to embrace.

પ્ર૦-મા એ વર્ષોથી વિખૂટા પડેલા દીકરાને મળતાં એને છાતીથી લગાવ્યો.

28. જાળ ફેંકવી.	Jal fenkavi	to dig a pit.

પ્ર૦-મોહને અમિતને ફંસાવવા જાળ ફેંકી.

29. દિલનો બોજ હલ્કો કરવો.	Dilno boj halko karvo	to stop worrying

પ્ર૦-માતા પિતાએ દીકરીના કુશળતાના સમાચાર સાંભળ્યા તો એમના દિલનો બોજ હલ્કો થઈ ગયો.

30. તનતોડ મહેનત કરવી	Tantod mahenat karavi	to try one's level best.

પ્ર૦-મેં ધંધા કરવા તનતોડ મહેનત કરી.

31. જીવવું દુષ્વાર થવું	Jivavun dushvar thavun	to live in difficulty

પ્ર૦-આ મોંઘવારીના સમયમાં જીવવું દુષ્વાર થઈ ગયું છે.

32. જૂતા ઘસતા રહેવું	Juta ghasta rahevun	to roam aimlessly

પ્ર૦-કોઈ ઢંગનું કામ કરો, ક્યાં સુધી આમ જૂતા ઘસતા રહેશો ?

33. જળતી આગમાં ઘી હોમવું	Jalti agman ghi homavun	to add fuel to the flames.

પ્ર૦-એ પહેલાંથી જ ગુસ્સામાં હતો ને તમારી વાતોએ જળતી આગમાં ઘી હોમવાનું કામ કર્યું.

34. ટકાનો જવાબ આપવો	takano javab apavo	to give a flat denial.

પ્ર૦-રોકેશે એની મદદ માંગી પણ એણે ટકાનો જવાબ આપી દીધો.

35. પગ પાછા પડવા	Pag pacha padva	to acknowledge defeat.

પ્ર૦-બિલાડી કૂતરાને જઈને પગ પાછા પડાવી લીધા.

36. તારા ગણવા.	tara ganava	to be anxiety.

પ્ર૦-હરીશ ચિંતાની કારણે સારી રાત તારા ગણતો રહ્યો.

37. દમ તોડવો	dam todavo	to die.

પ્ર૦-ડૉક્ટરના પહોંચ્યા પહેલાં રોગીએ દમ તોડી દીધો.

38. દાળમાં કાળુ dalman kalu to be something wrong at the bottom.

પ્ર૦-વચન આપવા પર પણ એ નહીં પહોંચ્યો તો હું સમઝી ગઈ કે દાળમાં કાંઈક કાળુ છે.

39. ઊભી પૂંછડિયે નાસવું ubhi punchadie nasvun to show clean pair of heels.

પ્ર૦-પોલીસને જોઈ ચોર ઊભી પૂંછડિયે નાસ્યો.

40. રાતદિવસ એક કરવો rat divas ek karvo to run about.

પ્ર૦-પરીક્ષામાં સારા નંબર મેળવવા સુરેશે રાતદિવસ એક કરી દીધો.

41. કૂદકે ને ભૂસકે Kudke ne bhuske by leaps and bounds.

પ્ર૦-એ ધંધામાં પૈસા કૂદકે ને ભૂસકે કમાવવા માંડ્યો.

42. સફાયો કરવો Safayo karvo. to vanquish.

પ્ર૦-ચોરે ચોરી કરી ઘરનો સફાયો કરી દીધો.

43. ધૂળમાં મળી જવું. Dhulman mali javun to ruin.

પ્ર૦-સુરેશે માતાપિતાની આશાઓને ધૂળમાં મેળવી દીધી.

44. સ્ફૂચક્કર થવું rafuchakkar thavun to run away.

પ્ર૦-પૉકેટમાર ચોરી કરી સ્ફૂચક્કર થઈ ગયો.

45. મીઠુંમરચું લગાવવું mithun marchun lagavavun to exaggerate a thing.

પ્ર૦-મહિલાઓને આપસમાં મીઠુંમરચું લગાવીને વાતો કરવાની ટેવ હોય છે.

46. ઊંઘ ઉડી જવી ungh udi javi to get no sleep.

પ્ર૦-દીકરીના લગ્નની ચિંતાથી માની ણંઘ ઉડી ગઈ.

47. સાફો ઉછાળવો Sofa uchalavo to insult.

પ્ર૦-રમેશે લગ્ન ફોક કરી પિતાનો સાફો ઉછાળ્યો.

48. પડદો ઉડાવવો. padado uthavavo to reveal a secret

પ્ર૦-નિરપરાધીને સુરેશે બચાવી લીધો, સમય પર પડદો ઉઠાવી હકીકત જણાવી દીધી.

49. પડદો નાંખવો padado nankhavo to conceal.

પ્ર૦-રામે વર્ષો સુધી આ વાત પર પડદો નાંખી રાખ્યો.

50. પાણીપાણી થઈ જવું pani pani thai javun to be much ashamed.

પ્ર૦-અનિલના વ્યસનોની ખબર મળતા એના પિતા પાણીપાણી થઈ ગયા.

51. પાણી ફેરવી દેવું	pani fervi devun	to destroy.

પ્ર૦-પુત્રીએ માબાપની આશાઓ પર પાણી ફેરવી દીધું.

52. ધ્રૂસકે ધ્રૂસકે રડવુ	dhruske dhruske radavun	to weep bitterly.

પ્ર૦-જવાન દીકરાના અકસ્માતમાં મૃત્યુના સમાચાર સાંભળી એની મા ધ્રૂસ્કે ધ્રૂસ્કે રડવા માંડી.

53. ફૂલ્યો ના સમાયો	phulyo na samayo	to be overjoyed.

પ્ર૦-પરીક્ષામાં પહેલોં નંબર આવવાથી સુરેશ ફૂલ્યો ના સમાયો.

54. વાળ વાંકો ના થવો	Val vanko na thavo	a narrow escape.

પ્ર૦-અકસ્માતમાં એનો વાળ વાંકો ના થયો.

55. વાટ જોવી	vat jovi	to wait.

પ્ર૦-પત્ની મોડી રાત સુધી પતિની વાટ જોતી રહી.

56. સ્વાર્થનો સગો	swarthno sago	fair weather friend.

પ્ર૦-સ્વાર્થના સગા તો બધા હોય છે. તકલીફમાં કામ આવે એ જ મિત્ર કહેવાય.

57. મારા મારા ફરવું	mara mara pharvun	to roam about.

પ્ર૦-સુરેશ નોકરીની શોધમાં મારો મારો ફરતો રહ્યો.

58. મોઢામાં પાણી આવવું	modhaman pani avavun	to feel much greedy.

પ્ર૦-દ્રાક્ષને જોઈને રામના મોઢામાં પાણી આવી ગયું.

59. માખો મારવી	makho marvi	to remain idle.

પ્ર૦-સુરેશ ઘરમાં આખો દિવસ પડી રહે છે, નોકરી વગર માંખો મારે છે.

60. હવાઈ કીલા બનાવવા	Hawai kila banavava	to make castle in the air.

પ્ર૦-રમેશ કામ વગેરે કરતો નથી તે હવાઈ કીલા બનાવે છે.

61. મોંઢામાં પાણી આવવું	Modhaman pani avavun	the watering of mouth.

પ્ર૦-હાડકાનો ટુકડો જોઈ કૂતરાના મોઢાંમાં પાણી આવી ગયું.

62. પલાયન થવું	Palayan thavun	to run away.

પ્ર૦-ચોર ચોરી કરી પલાયન થઈ ગયો.

63. રાઈનો પર્વત બનાવવો	rai no parvat banavavo	to make a mountain of a mole hill.

પ્ર૦-એને તો રાઈનો પર્વત બનાવવાની આદત છે. એની વાતોમાં ના આવતી.

64. લોખંડ	Lokhand	to acknowledge supremacy.

પ્ર૦-સરદાર પટેલ લોખંડી પુરૂષ હતા.

65. વચન આપવું	vachan apavun	to promise.

પ્ર૦-એણે મને વચન આપેલું કે એ મારી સાથે રહેશે.

66. શેખી મારવી	shekhi marvi	to talk big.

પ્ર૦-એ પોતાને મોટો માણસ ગણે છે ને હંમેશા બડાઈ મારે છે.

67. સામનો કરવો	samano karvo	to face.

પ્ર૦-હું હરેક મુસીબતનો ધીરજથી સામનો કરું છું.

68. સર્વસ્વ હોવું	sarvasv hovun	to be all in all.

પ્ર૦-સરોજીની સર્વસ્વ હતી.

69. ઊભી પૂછડિયે ભાગવું	ubhi puchdie bhagvun	to take to one's heels.

પ્ર૦-પોલીસને જોઈ ચોર ઊભી પૂંછડીએ ભાગ્યો.

70. હથિયાર નીચે નાંખી દીધા	hathiar niche nankhi didha	to surrender.

પ્ર૦-ડાકૂઓએ પોલીસની આગળ હથિયાર નાંખી દીધા.

71. હાથ પર હાથ રાખીને બેસવું	hath par hat rakhine besavaun	to sit idle.

પ્ર૦-કાંઈ કામધંધો કર, આમ હાથ પર હાથ રાખીને ક્યાં સુધી બેસ રહીશ?

72. હાથ પગ મારવા	hath pag marva	to make efforts.

પ્ર૦-એમણે એને મેળવવા ખૂબ હાથ પગ માર્યા.

73. હાથ ધોઈ બેસવું	hath dhoi besavun	try off.

પ્ર૦-કામને શીખી લે નહીં તો નોકરીથી હાથ ધોઈ બેસીશ.

74. હાથ ઘસતા રહી જવું	hath ghasata rahi	to repent.

પ્ર૦-અત્યારથી ચેતી જા, નહીં તો હાથ ઘસતા રહી જવું પડશે.

75. હવામાં મહેલ બનાવવા	Havaman mahel banavava	to build castles in the air.

પ્ર૦-તું કાંઈ કરી બતાવ, હવામાં મહેલ બનાવવાનો શું ફાયદો ?

172

PROVERBS લોકોક્તિઓ

1. આંધળામાં કાણો રાજા	Andhalaman kano raja.	A figure among cyphers
2. અડધો ભરેલો ઘડો છલકાય.	Adadho bharelo gadho chaikay.	Empty vessels sound much.
3. આપણે ભલા તો જગ ભલું.	Apane bhala to jag balun.	Good mind good find.
4. ઈલાજ કરતાં પરેજ વધારે સારો.	Ilaj kartan parej vadhare saro.	Prevention is better than cure.
5. ઉતાવળિયો તે બાવળિયો.	Utavalio te bavalio.	Hurry spolils curry.
6. એક પંથ બે કાજ	Ek panthi be kaj	To kill two birds with one stone.
7. કામ વહાલું કે દામ	kam vhalun kadam	Handsom is that handsome does.
8. દીવા નીચે અંધારું.	Diva niche andharun.	Nearer the chruch further from heaven.
9. જ્યાં સુધી ત્યાં સુધી આસ.	Jyan sudhi tyan sudhi as.	While there is life there's hope.
10. ફૂલ છે તો કાંટા પણ છે.	Phul chhe to kanta pan chhe.	No rose without thom.
11. જેની લાકડી તેની ભેંસ.	Jeni lakdi teni bhainsa.	Might is right.
12. દુઃખિઆરાનું દુઃખ એ જ જાણે.	Dukhiaranun dukh eja jane.	The wearer best knows where the shoe pinches
13. જેવો રાજા તેવી પ્રજા.	Jevo raja tevi praja.	As the king so are the subjects.
14. જેવો દેશ તેવો વેશ.	Jevo deshi tevo vesh.	Be a Roman when you are in Rome.
15. જે ગરજે તે વરસે નહીં.	Je garaje te varase nahin.	Barking dogs seldom bite.

16.	ફોકોં ચણો વાગે ઘણો.	Foko chano vage ghano.	A little pot is soon hot.
17.	લક્ષ્મી લક્ષ્મીને ખેંચે. છે	Laxmi Laxmine khenche chhe.	Money begets money.
18.	આજે રોકડા કાલે ઉધાર	Aaj rokda kale udhar	A bird in hand is better than two in the bush.
19.	નાચ ના જાણે, આંગણું વાંકું	Nach na jane, anganun vanjun	a bad workman quarrels with the bush.
20.	ઊંટવૈદુ	Untavaidu	A little knpwledge is a dangerous thing.
21.	પાણીમાં રહીને મગરથી વેર કેવું	Paniman rahine magarthi ver kevun.	To live in Rome and strife with the Pope.
22.	સેવા વગર મેવા નહીં	Seva vagar meva nahin.	No pain, no gain.
23.	મુલ્લાની દોડ મસ્જિદ સુધી	Mullani dod masjid sudhi.	The priest goes no further than the chruch.
24.	લોઢુ લોઢાને કાપે છે.	Lodhu lodhane kape chhe.	Diamond cuts diamond
25.	ન બોલવામાં નવ ગુણ	Na bolvaman nav gun.	Silence is golden.

174

GUJARATI-ENGLISH DICTIONARY
ગુજરાતી-અંગ્રેજી શબ્દકોશ

Classified Glossary
વર્ગીકૃત શબ્દસૂચી

1. Relations સંબંધી

કાકા	Uncle
કાકી	Aunt
જેઠાણી-દેરાણી	Sister-in-law
દાદા	Grandfather
દાદી	Grandmother
જમાઈ	Son-in-law
નાના	grandfather (Maternal)
નાની	Grandmother (Maternal)
પતિ	Husband
પત્ની	Wife
પિતા	Father
પુત્ર	Son
પુત્રવધૂ	Daughter-in-law
પુત્રી	Daughter
બહેન	Sister
ભંત્રીજો	Nephew
ભત્રીજી	Niece
ભાઈ	Brother
ભાણિયો	Nephew
ભાણી	Niece
માતા	Mother
મામા	Uncle (Maternal)
માસી	Aunt (Maternal)
માસી	Mother's sister
સાસરા	Father-in-law
સાસુ	Mother-in-law
સૌતેલી મા	Step-mothe

2. Domestic Articles ઘરગથ્થુ વસ્તુઓ

કબાટ	Almirah
ખુરશી	Chair
કાતર	Scissors
ગ્લાસ	Glass
ચટાઈ	Mat
ચમચો	Spoon
ડબ્બો	Box
બાલ્ડી	Bucket
મીણબત્તી	Candle
સાબુ	Soap
હથોડી	Hammer
ખાટલો	Bed
ચૂલ્હો	Stove
છત્રી	Umbrella
ટોપલી	Basket
તાળું	Lock
થાળી	Plate
વાસણ	Utensil
ટેબલ	Table
પટારો	Box
સોય	Needle

દિવાસળી	Matchstick	હોઠ	Lip
		એડી	Heel
3. Stationary વાંચવાનો-લખવાનો સામાન		ખભો	Shoulde
		કમર	Waist
છાપું	Newspaper	છાતી (સ્ત્રી)	Breast
કલમ	Pen	છાતી (પુરૂષ)	Chest
ગુંદર	Gum	જીભ	Tongue
તાર	Wire	ઠોડી	Chin
નકલ કરવા કાગળ	Carbon paper	દાઢી	Beard
		નાક	Nose
નકશો	Map	પીઠ	Back
ફાઈલ	File	પેટ	Stomach, belly
મોહર	Seal	વાળ	Hair
રબરની મોહર	Rubber stamp	પેઢા	Gums
પરબીડિયું	Envelope	મોઢું	Mouth
પીન	Pin	હૃદય	Heart
કાગળ	Paper	કાન	Ear
ટિકિટ	Stamp	ખોપરી	Skull
ખડિયો	Inkpot	ગરદન	Neck
નકલ કરવાની પેનસિલ	Copying pencil	ગળુ	Throat
		ગાલ	Cheek
પોસ્ટકાર્ડ	Postcard	ઘૂંટણ	Knee
દોરી	Tape	ચામડી	Skin
રબર	Eraser	ચહેરો	Face
કચરા ટોકરી	Waste-paper Basket	સાથળ	Thigh
		જિગર	Liver
સ્યાહી	Ink	દાંત	Tooth
		મગજ	Brain
4. Parts of the body શરીરના અંગ		નસ	Nerve
		પેશી	Muscle
આંગળી પગની	Toe	પગ	Foot
		ફેફસું	Lung
આંગળી હાથની	Finger	રીડ	Backbone
		હાડકું	Bone
આંખ	Eye	હથેલી	Palm

5. Ailments રોગ

કોઢ	Leprosy
કબજિયાત	Constipation
ઉધરસ	Cough
ગાંઠ	Tumour
ગૂંગો	Dumb
ચક્કર	Giddiness
છીંક	Sneeze
તાવ	Fever
દમ	Asthma
ખરજવું	Ringworm
પથરી	Stone
પરસેવો	Sweat
ગાંડપળ	Insanity
કમળો	Jaundice
ભૂખ	Appetite-hunger
પેસાબ	Urine
જાડાપણું	Fatness
મોતિયો	Cataract
સોજો	Swelling
ઝાડા	Dysentery
ફોલ્લો	Boil
કફ	Phlegm
મસા	Piles
લકવો	Paralysis
મળ	Stool
શીતળા	Smallpox
માતાનો દુ:ખાવો	Headache
ઉલ્ટી	Vomit

6. Clothes & Wearing વસ્ત્ર અને પરિધાન

ખમીશ	Shirt
કામળો	Blanket
કોટ	Coat
ચાદર	Sheet
ખીસુ	Pocket
ટુવાલ	Towel
મોજા	Socks
પાટલૂન	Pant
બટન	Button
રૂ	Cotton
રેશમ	Silk
ચણિયો	Petti-coat
સાફો	Turban
ટોપી	Cap

7. Ornaments આભૂષણ

વીંટી	Ring
કંગન	Bracelet
બંગડી	Bangle
માળા	Garland
હાર	Necklace
મોતી	Pearl
મૂંગા	Coral
ઝાંઝર	Anklet
હીરા	Diamonds
સોનું	Gold
ચાંદી	Silver
કંદોરો	Girdle

8. Flowers, Fruits & Vegetables ફૂલ-ફળ-શાક

કેરી	Mango
બટાકો	Potato
કાંદો	Onion
ટમેટું	Tamato
દ્રાક્ષ	Grapes
અંજીર	Fig
કમળ	Lotus
કોળુ	Pumpkin

કેળું	Banana
ખજૂર	Date
ગાજર	Carrt
બોર	Plum
મરચું	Chilli
મૂળો	Raddish
સફરજન	Apple
ગુલાબ	Rose
ઘાસ	Grass
જાંબુ	Blackberry
તડબુચ	Watermelon
નારિયેળ	Coconut
સંતરા	Orange
લીંબૂ	Lemon
પપૈયાં	Papaya
ફૂદીનો	Mint
ફૂલાવર	Cauliflower
કોબીજ	Cabbage
રીંગણ	Brinjal
મગફળી	Peanut
લસણ	Garlic
ભીંડા	Ladies fingers

9. Minerals ખનિજ પદાર્થ

કોલસો	Coal
ચાંદી	Silver
તાંબુ	Copper
પારો	Mercury
પીતળ	Brass
સીસુ	Tin
લોખંડ	Lead
ક	Iron

10. Cereals & Eatables અન્ન અને ખાદ્ય પદાર્થ

લોટ	Flour
ઘઉં	Wheat
ચણા	Gram
રોટલી	Chapatti
ચા	Tea
સાકર	Sugar
જવ	Barley
માંસ	Meat
મુરબ્બો	Jam
તેલ	Oil
દહી	Curd
દાળ	Pulse
દૂધ	Milk
ભોજન	Food
માખણ	Butter
મલાઈ	Cream
મિઠાઈ	Sweets
મધ	Honey

11. Occupation વ્યવસાય

અધ્યાપક	Teacher
કારીગર	Artisan
કળાકાર	Artist
ખેડૂત	Farmer
ખજાનચી	Treasurer
મોચી	Shoe-maker
ઝવેરી	Jeweler
ટપાલી	Postman
તેલી	Oilman
દરજી	Tailor
દુકાનદાર	Shopkeeper
કંદોઈ	Confectioner
ધોબી	Washerman
પહેરેદાર	Watchman
ફેરિયો	Hawker
સુથાર	Carpenter
ભિખારી	Beggar

માછીમાર	Fisherman
માળી	Gardener
મુનશી	Cleark
જમાદાર	Sweeper
વૈદ	Physician
લેખક	Writer
સુનાર	Goldsmith
સંપાદક	Editor

12. Animals પશુ

ઊંટ	Camel
સસલું	Rabbit
ગાય	Cow
ઊંદર	Rat
પંજો	Clow
બિલાડી	Ct
બળદ	Ox
ભેંસ	Buffalo
શિયાળ	Fox
સિંહ	Lion
હાથી	Elephant
કૂતરો	Dog
ગધેડો	Donkey
ઘોડો	Horse
પૂંછડી	Tail
બકરી	She-goat
વાંદરો	Monkey
રીંછ	Bear
વાઘ	Tiger
હરણ	Deer

13. Birds પક્ષી

ઈંડું	Egg
ઘૂવડ	Owl
કબૂતર	Pigeon
માળો	Nest
ચાંચ	Beak
બુલબુલ	Nightingale
મોર	Peacock
હંસ	Swan
કોયલ	Cuckoo
કાગડો	Crow
ગરૂડ	Eagle
ચામચિડિયું	Bat
પાંજરું	Cage
મરઘી	Hen
મરઘો	Cock
સારસ	Crane

SOME IMPORTANT GUJARATI VERBS
થોડી મુખ્ય ગુજરાતી ક્રિયાઓ

અકળાવવું	to feel uneasy	ઇચ્છવું	to wish
અટકવું	to be held up	ખેંચવું	to pull
આળસવું	to feel lazy	જાણવું	to know
આવવું	to come	જીતવું	to win
ઉકસાવવું	to provoke	ઝગડવું	to quarrel
ઉખાડવું	to dislocate	ટહેલવું	to stroll
ઉખડવું	to be dislocated	નાંખવું	to put in
ઉગવું	to grow	તરસવું	to long for
ઉગળવું	to talk out	તાડવું	to guess
ઉજડવું	to be ruined	તોડવું	to break
ઉઠવું	to raise	લાવવું	to appear
ઉપાડવું	to lift up	લટકવું	to hang
ઉડાવવું	to fly	લખવું	to write
ઉતરવું	to get down	વિચારવું	to think
ઉતારવું	to unload	સડવું	to decat
ઉધેડવું	to unsew	શીવવું	to stitch
ઊભરાવવું	to overflow	સૂકાવું	to dry up
ઊંઘવું	to sleep	હસાવવું	to amuse
ઓઢવું	to cover the body	હાલવું	to move
કાપવું	to cut	ભેળવવું	to mix
કમાવવું	to earn	ઘુસવું	to enter
કરવું	to do	ફરવું	to wonder
કહેવું	to say	ઘેરવું	to encircle
ધ્રુજવું	to tremble	ઘોળવું	to dissolve
ખાવું	to eat	ચાખવું	to taste
ખિજાવવું	to tease	ચઢવું	to rise
રમવું	to play	ચાલવું	to walk
ગાવું	to sing	ચાટવું	to lick

ગણવું	to count	ચોરવું	to steal
ગડવું	to fall	જેવું	to go
ભસવું	to bark	તરવું	to swim
ચમકવું	to shine	હારવું	to lose
ઝૂલવું	to swing	વાંચવું	to read
ટાળવું	to postpone	પધારવું	to arrive
ઢાંકવું	to cover	પહેરવું	to wear
રટવું	to memorize	પાળવું	to bring up
રહેવું	to line	પીસવું	to grind
રોકવું	to stop	બોલાવવું	to call
લગાવવું	to engage	લૂછવું	to wipe
લપેટવું	to fold	ફંસાવું	to be traped
લેવું	to get	ફાડવું	to tear
સજાવવું	to decorate	ફરવું	to go around
સીંચવું	to irrigate	ફૂલવું	to swell
સાંભળવું	to hear	ફેંકવું	to throw
હસવું	to laugh	બકવું	to chatter
ખેંચવું	to sieze	વધવું	to increase
હાંફવું	to pant	બતાવવું	to tell
જોવું	to see	બદલવું	to change
દોડવું	to run	બનાવવું	to make
ધિક્કારવું	to curse	વરસવું	to rain
કાઢવું	to take out	બગાડવું	to spoil
નિભાવવું	to carry on	બોલવું	to speak
પકડવું	to catch	ભાગવું	to run
પચવું	to be digested	માંગવું	to put in
પટકવું	to throw down	રચવું	to make

ગુજરાતી બુકસ

    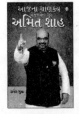

ડાયમંડ બુકસ   X-30, ઓખલા ઇંડસ્ટ્રિયલ એરિયા, ફેઝ-II, નવી દિલ્હી-110-020,
ફોનઃ 011- 40712100, www.diamondbook.in, sales@dpb.in

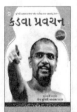

ગુજરાતી બુક્સ

ડાયમંડ બુક્સ   X-30, ઓખલા ઈન્ડસ્ટ્રિયલ એરિયા, ફેઝ-II, નવી દિલ્હી-110-020,
ફોન: 011- 40712100, www.diamondbook.in, sales@dpb.in